生活・旅遊・經商

越南語

套句型公式
一本搞定！

阮秋姮、厲家揚 合著

VIETNAM

（原書名：套公式學越南語！生活 ・ 旅遊 ・ 經商會話速成）

如何掃描 QR Code 下載音檔

1. 以手機內建的相機或是掃描 QR Code 的 App 掃描封面的 QR Code。
2. 點選「雲端硬碟」的連結之後，進入音檔清單畫面，接著點選畫面右上角的「三個點」。
3. 點選「新增至『已加星號』專區」一欄，星星即會變成黃色或黑色，代表加入成功。
4. 開啟電腦，打開您的「雲端硬碟」網頁，點選左側欄位的「已加星號」。
5. 選擇該音檔資料夾，點滑鼠右鍵，選擇「下載」，即可將音檔存入電腦。

作者序

套「公式」輕鬆學，勇於用越南語表達自己的需求！

　　各位讀者們好，我是阮秋姮，很開心、也很感謝您選擇這本書來陪伴您的越南語學習之路。從 2017 年起，我開始有機會接觸越南語教學，並陸續在國小、國中、高中、大學、補習班、各種企業與外貿協會等單位有教學與演講的經驗。這些經驗讓我了解到，每個階段的學生學習動機不同、需求也不同，很難有一本適合每個人的教科書。

　　因此，寫這本書的目的並非要挑戰「適合每個人」，而是希望讓不論哪個階段的學習者，都能因為擁有這本書，快速掌握學習越南語的訣竅。我相信，只要在學習上有成效、有成就感，就會有興趣而持續下去；就算艱難的文法記不住，也能使用關鍵的句型、單字讓自己在越南能順利溝通、生活。

　　我的方法是以「主題」來分章節，採用「公式」配上許多相關單字的方式，讓您只要學會公式，就可套用不同單字說出自己的需求。例如：學會了「給我……」（Cho tôi...），接下來只要抽換各種商品的單字，就能讓您在越南餐廳點到餐了。不僅如此，在美食、購物等章節，也將越南各地區值得吃、值得買的美食和伴手禮做成單字列表，期待您學習之後，能親自到當地體驗、發揮所學。

　　這本書的完成要感謝許多人，我諮詢了在越南生活的台灣人，了解他們生活上最切身的溝通需求；也請越南當地年輕人協助，確保所有的範例對話都是符合現代人所使用；由老公羅家揚負責中文潤飾，以及用學習者的角度確認內容可以順利吸收；也感謝出版社的專業團隊，讓這本書最終能順利被捧在您的手中。

　　這本書集結了許多人的用心，相信一定能對您學習越南語有很大的幫助。祝各位學習愉快囉～！

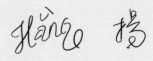

如何使用本書

　　《生活‧旅遊‧經商越南語，套句型公式一本搞定！》全書共16大章，每章節以「句型公式」引導讀者進入主題、以「範例對話」模擬實際語境，並補充大量短句及字庫，課堂、自學都好用！是對越南語字母及發音有基礎認識後，最好的銜接教材。

掃描音檔 QR Code

　　在開始使用本書之前，別忘了先找到書封上的 QR Code，拿出手機掃描，就能立即下載書中所有音檔喔！（請自行使用智慧型手機，下載喜歡的 QR Code 掃描器，更能有效偵測書中 QR Code！）

每個章節 5 步驟，讓您的越南語會話能力大躍進！

步驟 1：章節引言

　　首先，閱讀一小段與該主題相關的小知識或文化趣事，備足背景知識再進入主題。

步驟 2：句型公式

　　每章節都用 1 ～ 3 則「公式」取代枯燥的文法解說，讓您快速掌握句型關鍵。

步驟3：
範例對話、重點單字

　　模擬在越南生活、旅遊、經商一定會碰到的語境，並挑出重點單字。搭配音檔聆聽練習，更能有效提升越南語聽說實力。

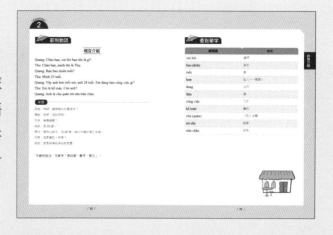

步驟4：
短句補給、字庫

　　針對不同主題，為您整理更多實用的短句和詞彙，只要搭配練習就能靈活運用。

步驟5：翻譯練習

　　課後別忘了測試自己學會多少，並到全書最後尋找解答。現在就一起開口說越南語吧！

目次

1 人稱代名詞、問候語

　　越南語中不以「你我他」稱呼彼此，而是會依照對方的輩分與年齡，稱呼對方為「哥」、「姊」、「弟」、「妹」，或是「叔叔」、「阿姨」等。所以在越南跟新朋友聊天時，通常會問一下對方的年齡，來確認要用哥姊或弟妹來稱呼對方。視年齡為機密的台灣美眉們，這方面請習慣一下囉！

　　而越南人在打招呼時，也不太會依照時段來說早安、晚安，通常搭配稱謂來說「哥哥好」、「姊姊好」，聽起來比較自然而且親切，因此本章也會一起介紹問候語的用法。

第一節：人稱代名詞

　　在越南語中，通常不直接使用「你、我、他」等人稱代名詞，而是根據說話的對象不同，先判斷出自己與對方的關係（如：輩分、年齡、親疏遠近），再選用相對應的「稱謂」來稱呼自己或對方，例如：對方是哥（姊），我們就自稱弟（妹）。除非對多人講話，或是在還不知道對方年紀的前提下，可以自稱「我」（tôi）。

 ▶ MP3-01

1. 人稱

第一人稱	第二人稱
tôi/tó/mình　我 *	bạn/cậu　你（對朋友）
tao　我（對同輩／晚輩）**	mày　你（對同輩／晚輩）

* tôi（我）通常使用在正式場合、對多人、陌生人講話時，若您已確定跟對方的輩分關係，就直接使用對應的人稱代名詞即可，否則 tôi 會給人太正式的距離感。

** tao 跟 mày 是使用在關係親近的同輩、或是長輩對晚輩，若彼此關係不到位的話會讓人感到失禮。

2. 稱謂

依自己在對話中的關係不同，第一人稱及第二人稱會變成「晚輩」或「長輩」。不過要特別注意，所使用的稱謂須互相對應，例如：稱呼對方為「ông」（爺爺）的時候，千萬別自稱「em」（弟／妹）喔！

晚輩	長輩
em 弟／妹 （在越南，不管你的年紀多大，只要你是學生一定要自稱是 em）	anh 哥 chị 姊 thầy 男老師 cô 女老師
cháu 孫／侄	ông 爺爺 bà 奶奶 bác 伯父母 * cô 姑姑（女老師） chú 叔叔 dì 阿姨 cậu 舅舅
con 孩子	bố 爸 mẹ 媽 （也可用在女婿、媳婦稱呼岳家、婆家）

* 日常生活中，碰到比自己大一輩的人，若是比爸媽年紀大的男女皆稱 bác，比爸媽年紀小的男性則稱 chú，女性則稱 cô（北部）、dì（南部）。

 第三人稱

> 第二人稱＋ấy＝第三人稱單數（父母和小孩的後面比較不會加上ấy）

例如：

ông ấy　他（那位先生、那位阿公）

bà ấy　她（那位女士、那位阿嬤）

cô ấy　她（那位女士、那位姑姑、那位阿姨、那位女老師）

anh ấy　他（那位哥哥）

chị ấy　她（那位姊姊）

em ấy　他／她（那個弟弟、妹妹）

cháu ấy　他／她（那個孫、侄）

nó　他（晚輩／同輩／動物）

 複數人稱

1. 我們

> 不包含聽話者：chúng (bọn, tụi)＋人稱代名詞或稱謂

例如：

chúng tôi/chúng em/chúng con

> 包含聽話者：chúng ta、chúng mình

chúng ta 較泛用，chúng mình 通常是同輩間使用。

2. 你們

> các ＋人稱代名詞

例如：

các em 你們（各位弟妹／學生們）

các bạn 你們（各位朋友們）

các anh 你們（各位哥哥們）

các chị 妳們（各位姊姊們）

các anh chị 你們（各位哥姊們）

các bác 你們（各位伯伯們）

3. 他們

> các ＋人稱代名詞＋ấy

例如：

các em ấy 他們（那群弟妹／學生們）

các anh ấy 他們（那群哥哥們）

các chị ấy 她們（那群姊姊們）

人稱代名詞、問候語

第二節：問候語

　　「xin chào」或「kính chào」是越南語中最正式的「您好」，通常是在很正式的場合或電視主播才會使用。越南人也不太會依照時段來說早安、晚安，通常是用「chào ＋人稱代名詞」來跟對方打招呼，聽起來比較自然而且親切。

　　而通常在呼叫對方時，會在其名字或是人稱代名詞的後方加上「ơi」，有提醒對方是在叫他的意思。例如：mẹ ơi（媽媽）、em ơi（妹妹）、Hằng ơi（阿妲）。

句型公式　▶ MP3-02

句型	例如
Chào ＋人稱代名詞	Chào anh　哥哥好！ Chào chị　姊姊好！ Chào cô　姑姑（女老師）好！
Chào ＋對方名字 （若對方較年長，要在名字前加人稱代名詞）	Chào Hằng　阿妲好！（對同齡或晚輩） Chào chị Caroline　卡洛琳姊姊好！（對兄姊） Em chào anh Việt　阿越哥哥好！
主詞＋ chào ＋受詞	Con chào bố　爸爸好！ Cháu chào ông　爺爺好！

＊各位可以回到上一小節的「稱謂」表格，對應的人稱就是彼此打招呼的稱謂，例如：em chào anh（弟向哥問好），不要對錯位置變成 em chào bác（弟向伯問好）喔！

 **範例對話** ▶ MP3-03

朋友打招呼

Dương: Chào Hằng!

Hằng: Em chào anh!

Dương: Lâu quá không gặp. Dạo này em có khỏe không?

Hằng: Dạ, em khỏe. Cảm ơn anh. Anh khỏe không?

Dương: Anh cũng bình thường.

中譯

阿揚：阿姮好！

阿姮：哥哥好！

阿揚：很久不見，妳最近好嗎？

阿姮：很好，謝謝。你好嗎？

阿揚：我也還行。

重點單字

越南語	中文
lâu	久
không	沒有／嗎？
gặp	見面
dạo này	最近
có	有

越南語	中文
khỏe	健康
dạ	是的（敬語）
cũng	也
bình thường	平常／普通

 短句補給 ▶ MP3-04

1. 其他常用的招呼語

　　越南人的打招呼文化與華人類似，招呼用語的問句通常不是真的要問出答案，例如：「吃飯沒？」、「你身體健康嗎？」用意主要在問候，未必真的是要邀請你去吃飯或關心你的健康狀況，這方面的禮節跟台灣是很相似的。

越南語	中文
Ăn **cơm** chưa?	吃**飯**了嗎？
Dạo này **làm gì** thế?	最近在**做什麼**呢？
Bạn **đi đâu** đấy?	你**去哪**啊？
Mọi việc vẫn ổn cả chứ?	**一切**順利嗎？
Tình hình có gì mới không?	有什麼新消息（**情形**）嗎？
Cho em gửi lời **hỏi thăm** hai bác nhé.	請代我跟你爸媽**問好**。
Mọi người trong **gia đình** khỏe chứ?	你家（**家庭**）人都好嗎？
Chào bạn.	你好！（同年齡打招呼）
Chào **mọi người**/Chào **cả nhà**.	大家好！

2. 其他常用的回應句

情況	越南語	中文
好	Rất tốt!	很好！
	Khá ổn!	不錯！
	Tôi **thăng chức** rồi.	我**升遷**了。
	Tôi có **người yêu** rồi.	我交**男（女）朋友**了。
普通	Vẫn thế thôi.	老樣子。
	Không có gì mới cả.	沒什麼新鮮。
	Bình thường.	（和）平常（一樣）。
不好	Chị không khỏe lắm.	我不太舒服。
	Anh bị **ốm** rồi.	我**生病**了。
	Sức khỏe của anh không tốt lắm.	**身體**沒有很好。
	Công việc của tôi không ổn lắm.	**工作**沒有很好。

3. 常用的「我＋動詞＋你」句型（人稱及稱謂須依情況替換）

越南語	中文
Em chào anh ạ.	再見。（我向你。）
Em **cảm ơn** chị ạ.	我**感謝**你。（妹／弟感謝姊。）
Con **xin lỗi** mẹ.	我**對不起**你。（孩子對不起媽媽。）
Anh **yêu** em.	我**愛**你。（哥愛妹。）
Em **thích** anh.	我**喜歡**你。（妹喜歡哥。）
Con **nhớ** bố mẹ.	我**想**你們。（孩子想爸媽。）
Tôi **ghét** cậu.	我**討厭**你。
Tôi không thích cậu.	我不喜歡你。

1. 哥哥好！你要去哪？

   ....

2. 你吃飯了嗎？（孫子問候爺爺）

   ....

3. A：你好嗎？

   ....

   B：老樣子，謝謝，你呢？

   ....

4. 媽媽，我愛你！

   ....

5. 阿姐，妳最近好嗎？

   ....

CHAPTER

2 | 自我介紹

　　自我介紹是陌生人進行交流的第一步，本章會教大家介紹自己的名字、年齡、工作，以及一些其他簡單的自我介紹內容。篇末列出的字庫，讓各位讀者可以在公式內自行套用屬於自己的產業與職位。

越南姓名的特性

越南最大宗的姓氏是阮，陳、黎、范、黃……也滿常見，但因為同姓的人太多了，越南通常以名來簡稱。例如：阮秋姮會叫姮姊、姮妹，而不會叫阮小姐。

另一個特別之處是有人會用「墊名」，男性通常會加個「文」（Văn），例如：阮文明；女性會加「氏」（Thị），例如：陳氏英。墊名可能會在國外（台灣、香港……等華語地區）登記名字時被省略掉，但在越南，墊名也是名字的一部分，有使用墊名就不可隨意省略，例如：越語的阮氏秋姮，不可省略為阮秋姮。

越南語的姓名跟中文有直接的翻譯對照，也有一些同譯字可以選擇，所以讀者們可以用自己的中文名翻譯成越南語。在此難以一一詳列，但現今網路查詢頗方便，可以用「越南 名字 翻譯 中文」等關鍵字去查找，確認自己的越南名字。

句型公式 1　　▶ MP3-05

> 問：Bạn **tên** là gì? 你的**名字**是什麼？

或是可用 Tên bạn là gì?，若明顯可辨認對方年齡，則可直接使用相對應的人稱代名詞，例如：Em tên là gì?（弟／妹叫什麼名字？），回應亦然。

答：Tôi là... 我是……

Tôi tên là... (Tên tôi là…) 我的名字是……

句型公式 2

> 問：Bạn **bao nhiêu** tuổi? 你幾（多少）歲？
>
> 答：Tôi _____ tuổi. 我 __ 歲。

句型公式 3

> 問：Bạn là **người** nước <u>nào</u>? 你是<u>哪</u>國人？
>
> 答：Tôi là người _____. 我是 _____ 人。

　　越南語文法裡，兩個名詞在一起的時候，後面的名詞是用來修飾說明前面的名詞。

例如：

người Đài Loan　台灣人

cà phê Việt Nam　越南**咖啡**

句型公式 4

> 問：Bạn **làm** <u>công</u> việc gì? 你做什麼<u>工作</u>？
>
> 答：Mình là... 我是……

 範例對話　▶ MP3-06

相互介紹

Quang: Chào bạn, xin hỏi bạn tên là gì?

Thu: Chào bạn, mình tên là Thu.

Quang: Bạn bao nhiêu tuổi?

Thu: Mình 25 tuổi.

Quang: Vậy anh hơn tuổi em, anh 28 tuổi. Em đang làm công việc gì?

Thu: Em là kế toán. Còn anh?

Quang: Anh là chủ quán trà sữa trân châu.

中譯

阿光：妳好，請問妳叫什麼名字？

阿秋：你好，我叫阿秋。

阿光：妳幾歲呢？

阿秋：我 25 歲。*

阿光：那我比妳大，我 28 歲。妳正在做什麼工作呢？

阿秋：我是會計。你呢？

阿光：我是珍珠奶茶店的老闆。

＊年齡的説法，可參考「第四章：數字、單位」。

 **重點單字**

越南語	中文
xin hỏi	請問
bao nhiêu	多少
tuổi	歲
hơn	比（……更甚）
đang	正在
làm	做
công việc	工作
kế toán	會計
chủ (quán)	（店）老闆
trà sữa	奶茶
trân châu	珍珠

 短句補給 ▶ MP3-07

越南語	中文
Bạn **sinh** năm bao nhiêu?	你是幾年生？
Bạn sinh **năm** nào?	你是哪一年生？
Xin **giới thiệu** một chút, tôi tên là…	僅讓我介紹一下，我名字是……
Xin **tự** giới thiệu, tôi tên là Hoa.	僅讓我自己介紹，我名字是花。
Họ tên (đầy đủ) của tôi là Nguyễn Thu Hằng.	我的（完整）姓名是阮秋姮。
Tôi là **người** Việt Nam.	我是越南人。
Tôi **đến từ** Đài Loan.	我來自台灣。
Ở Việt Nam, bạn ở **tỉnh** nào?	在越南你住哪個省？
Tôi là người Hà Nội, nhưng **hiện nay** tôi đang sinh sống tại Đà Nẵng.	我是河內人，但現在我生活在峴港。
Quê tôi ở tỉnh Phú Thọ.	我的家鄉在富壽省。
Nhà tôi ở Đài Nam.	我家在台南。
Số điện thoại của tôi là...	我的電話號碼是……
Sở trường của tôi là ca hát.	我的強項是唱歌。
Tôi **tốt nghiệp** trường...	我畢業於……學校。
Bạn làm **nghề** gì?	你的職業是什麼？
Tôi là giáo viên.	我是老師。
Tôi làm việc ở công ty **du lịch**.	我在旅遊公司上班。
Tôi đang **làm việc** ở Hà Nội.	我在河內工作。

 **字庫** ▶ MP3-08

1. 產業（以多數越南台商從事的產業為例）

越南語	中文
Ngành dệt may	紡織業
Ngành giày dép	製鞋業
Ngành linh kiện ô-tô	汽車零件
Xe máy	機車
Ngành sắt thép	鋼鐵業
Công nghiệp chế biến thực phẩm	食品加工業
Ngành hóa dầu	石化業
Ngành công nghiệp lốp xe	輪胎業
Ngành xi măng	水泥業
Ngành dầu khí	石油業
Ngành tài chính, ngân hàng, kế toán	金融業、銀行、會計師
Bất động sản	不動產
Ngành bảo hiểm	保險業
Công nghiệp chế biến kim loại	金屬加工業
Ngành giáo dục/giáo viên, chủ nhiệm	教育業／老師、主任
Giải trí/huấn luyện viên	休閒業／教練
Nghề phục vụ/đầu bếp, bồi bàn	餐飲業／廚師、服務員

越南語	中文
Ngành du lịch/hướng dẫn viên du lịch	旅遊業／導遊
Nghệ thuật/diễn viên, người mẫu	藝術／演員、模特兒
Vận tải/tài xế	運輸業／司機
Ngành xây dựng	建築業
Thiết kế nội thất	室內設計
Ngành y tế/bác sĩ, y tá	醫療業／醫生、護士
Ngành nông nghiệp	農業
Ngư nghiệp	漁業
Pháp luật/luật sư	法律／律師
Thẩm mỹ viện/chuyên viên chăm sóc sắc đẹp, thợ cắt tóc	美容美髮業／美容師、理髮師
Ngành dịch vụ	服務業
Ngành công nghiệp game	遊戲業
Quảng cáo	廣告業

2. 職位

越南語	中文
Sếp (Ông chủ/Bà chủ)	老闆
Chủ tịch	董事長
Người sáng lập	創辦人
Tổng Giám đốc	總經理
Phó Chủ tịch	副總
Giám đốc	經理
Trưởng khoa	課長
Chuyên viên	專員
Cán bộ dự bị	儲備幹部
Kỹ thuật viên	技師
Kỹ thuật viên/nhân viên máy tính	工程師
Lập trình viên	軟體工程師
Nhân viên phần cứng/kỹ thuật viên phần cứng	硬體工程師
Kiến trúc sư	建築師
Thư ký	祕書
Trợ lý	助理
Điều hành	執行
Thanh tra	檢測員
Nhân viên lễ tân	櫃台人員

3. 來自哪裡

越南語	中文
Đài Loan	台灣
Việt Nam	越南
Thái Lan	泰國
Ma-lai-xi-a	馬來西亞
Phi-líp-pin	菲律賓
Ấn Độ	印度
Cam-pu-chia	柬埔寨
Lào	寮國
In-đô-nê-xi-a	印尼
Hàn Quốc	韓國

越南語	中文
Nhật Bản	日本
Trung Quốc	中國
Nga	俄羅斯
Mỹ	美國
Canada	加拿大
Anh	英國
Pháp	法國
Tây Ban Nha	西班牙
Đức	德國
Úc	澳洲

翻譯練習

1. 我在銀行工作。

2. 我是建築公司的副總。

3. 我叫 Peter，我喜歡珍珠奶茶。

4. 我是導遊。

5. 我是台灣人，在河內工作。

MEMO

3 地點

近年來，到越南旅遊越來越熱門，旅途中，除了走訪北中南各地著名的觀光景點之外，也會搭乘當地的各種交通工具。

本章教大家如何問路，以順利表達自己想找尋的地點、方位、交通工具、設施。

越南特色交通工具

目前外國旅客最常使用的是抱抱車（計程機車）、計程車，近年流行的共享平台有 GRAB、GO-Viet、Be、Vato 等，可以下載 APP 來叫車，會顯示司機、價格、距離等資訊，十分方便也安全。若是一般直接攔的計程車，車上會有計程錶，通常起跳的行情在 12.000 越盾左右，之後每公里 10.000 越盾左右。

其他一些比較特別的交通工具，有臥鋪車、人力三輪車、桶船……，大家可以體驗看看。目前河內與胡志明市也已在建造捷運，將會是旅客們的福音。

句型公式 1　▶ MP3-09

> 人稱代名詞＋ muốn đi ＋地點　我想去……

例如：

Tôi muốn đi chợ Bến Thành. 我想去檳城市場。

Tôi muốn đi siêu thị mua ít đồ. 我想去超市買點東西。

Em muốn đi du lịch Phú Quốc. 我想去富國島旅遊。

句型公式 2

> 地點 +ở đâu? 在哪裡?

ở đâu 非常好用,詢問任何地點、人在何處都可以使用。

例如:

Nhà vệ sinh ở đâu? 廁所在哪裡?

Quán cà phê ở đâu? 咖啡館在哪裡?

Nhà em ở đâu? 你家在哪裡?

也可以指著地圖或是手機顯示的地點問:

Chỗ này ở đâu? 這個地方在哪裡?

地點 + đi hướng nào? (某地)往哪個方向走?

句型公式 3

> đi bằng gì? 怎麼去?(用什麼去?)

相關動詞:

越南語	中文
ngồi/đi	坐(搭乘)
lái	開(駕駛)
đạp	騎(僅限腳踏車)

 ▶ MP3-10

問路

Mạnh: Xin hỏi, chợ Bến Thành ở đâu?

Trà: Anh đi thẳng đường này, đến quán cà phê rẽ phải, đi khoảng 200 mét là đến.

Mạnh: Cảm ơn chị.

Trà: Không có gì.

中譯

孟：請問檳城市場在哪裡？

茶：你沿著這條路直走，到了咖啡館右轉，走大概 200 米就到。

孟：謝謝你。

茶：不客氣。

重點單字

越南語	中文
chợ	市場
đi thẳng	直走
đường	路
này	這
quán cà phê	咖啡館
rẽ phải	右轉

越南語	中文
khoảng	大概
mét	米（公尺）
đến	到
cảm ơn	謝謝
không có gì	不客氣／沒關係

 ▶ MP3-11

與司機問答

Lan: Chúng mình đi Phố Cổ chơi đi.

Trang: Ừ. Nhưng đi bằng gì?

Lan: Xe ôm hay tắc-xi đều được.

Trang: Đi tắc-xi nhé.

Lan: Ok.

(*Sau khi lên tắc-xi*)

Tài xế: Anh chị muốn đi đâu?

Lan: Chúng em muốn đi Phố Cổ. Từ đây ra đó bao xa?

Tài xế: Khoảng 5 ki-lô-mét.

Lan: 5 ki-lô-mét khoảng bao nhiêu tiền ạ?

Tài xế: 50 đến 60 nghìn thôi.

Lan: Vâng.

中譯

蘭：我們到老街玩吧。

莊：恩。但是怎麼去？

蘭：抱抱車還是計程車都可以啊。

莊：那坐計程車吧。

蘭：ok。

（上計程車之後。）

司機：你們要去哪呢？

蘭：我們要去老街，從這到那邊大概多遠？

司機：大概 5 公里。

蘭：5 公里大概多少錢？

司機：5、6 萬而已。

蘭：好。

重點單字

越南語	中文
Phố Cổ	老街
chơi	玩
nhưng	但是
xe ôm	抱抱車
hay	還是
tắc-xi	計程車

越南語	中文
đi/ngồi	坐
được	可以
từ	從
thôi	而已
vâng	好
tiền	錢

地點

 短句補給 ▶ MP3-12

越南語	中文
Làm thế nào để tôi có thể đi đến **chợ đêm**?	我如何才能到**夜市**？
Đi đến đó bằng gì?	怎麼到那裡？
Bến xe khách/trạm xe buýt ở đâu?	客運站／公車站在哪？
Giá vé xe bao nhiêu tiền?	**車票**多少錢？
Rẽ trái **hay** rẽ phải?	左轉**還是**右轉？
Tôi nên **xuống xe** ở đâu?	我該在哪**下車**？
Từ đây tới Landmark 81 **bao xa**?	從這裡到 Landmark 81 **多遠**？
Đi đến **đèn xanh đèn đỏ** thì rẽ trái.	走到**紅綠燈**左轉。
Đi thẳng 200 mét là tới.	**直走** 200 公尺就到。
Gần đây có **siêu thị** nào không?	這附近有**超市**嗎？
Nhà anh **cách** đây xa không?	你家**離**這裡很遠嗎？

1. 指路

越南語	中文	越南語	中文
rẽ trái	左轉	ở đó	那裡
rẽ phải	右轉	gần đây	附近
đi thẳng	直走	đèn đỏ (đèn xanh đèn đỏ)	紅燈（紅綠燈）
phía trước	前面	ngã tư	十字路口
phía sau	後面	ngã ba	丁字路口
xa	遠	vòng xuyến	圓環
gần	近		

2. 交通工具

越南語	中文	越南語	中文
đi bộ	走路	máy bay	飛機
ô-tô	汽車	tàu hỏa	火車
xe máy	機車	xe khách	客運
xe ôm	摩托計程車	tàu điện ngầm	捷運
xe đạp	腳踏車	thuyền	船
du thuyền	郵輪	xe giường nằm	臥鋪車

地點

3. 景點

省／城市	景點
Quảng Ninh（廣寧省）	Vịnh Hạ Long（下龍灣）
Lào Cai（老街省）	Sa Pa（沙巴）
Hà Giang（河江）	Hà Giang（河江）
Yên Bái（安沛省）	Mù Căng Chải（木江界縣）
Cao Bằng（高平省）	Thác Bản Giốc（板約瀑布）
Hòa Bình（和平省）	Bản Lác Mai Châu（麥洲）
Hà Nội（河內市）	Cầu Long Biên（龍邊橋）
	Làng cổ Đường Lâm（唐林老村）
	Phố cổ Hà Nội（河內老街）
Ninh Bình（寧平省）	Khu Di tích danh thắng Tràng An（長安生態保護區－陸龍灣）
Khánh Hòa（慶和省）	Đảo Bình Ba（平壩島）
	Nha Trang（芽莊）
Lâm Đồng（林同省）	Đà Lạt（大叻）
Quảng Ngãi（廣義）	Đảo Lý Sơn（里森島）
Đà Nẵng（峴港市）	Bà Nà Hill（巴納山）
	Cù Lao Chàm（古老湛）
	Biển Mỹ Khê（美溪海灘）
Quảng Nam（廣南省）	Phố cổ Hội An（會安古鎮）
Huế（順化省）	Biển Lăng Cô（郎科海灘）

北部

中部

省／城市	景點
中部	
Huế-Đà Nẵng（順化—峴港）	Đèo Hải Vân（海雲關）
Quảng Bình（廣平省）	Động Thiên Đường（天堂洞）
南部	
Kiên Giang（建江省）	Đảo Phú Quốc（富國島）
	Đảo Nam Du（南都島）
Cần Thơ, Bến Tre （芹苴、檳椥省）	Miệt vườn sông nước Cửu Long （湄公河果園）
Vũng Tàu（頭頓市）	Vũng Tàu（頭頓）
Bà Rịa-Vũng Tàu （巴地—頭頓省）	Côn Đảo（昆島）
Thành phố Hồ Chí Minh （胡志明市）	Địa đạo Củ Chi（古芝隧道）
Cần Thơ（芹苴省）	Chợ nổi Cái Răng（蔡朗水上市場）

4. 機構／設施

越南語	中文
nhà vệ sinh/toa-lét	廁所
bệnh viện	醫院
nhà thuốc	藥局
đồn công an	警察局
trường học	學校
trung tâm ngôn ngữ	語言中心
sân bay (Ga Quốc nội/Ga Quốc tế)	機場（國內站／國外站）
Ủy ban nhân dân quận (UBND Quận)	區公所
Văn phòng Kinh tế và Văn hóa Đài Bắc tại Việt Nam	台北駐越辦事處
siêu thị	超市
bến xe	車站
ga tàu	火車站
công viên	公園
công ty	公司
văn phòng luật sư	律師事務所

5. 休閒場所

越南語	中文
trung tâm thương mại	百貨公司
mát-xa	按摩
tiệm làm tóc	理髮院
tiệm làm móng	美甲店
ka-ra-ô-kê	KTV
công viên nước	水上樂園
chợ đêm	夜市
quán cà phê	咖啡店
quán bar	酒吧
rạp chiếu phim	電影院
bảo tàng	博物館
bảo tàng mỹ thuật	美術館
quán net	網咖
thư viện	圖書館
vườn bách thú	動物園
sòng bạc/casino	賭場
sân gôn	高爾夫球場
khách sạn	飯店

翻譯練習

1. 請問附近有廁所嗎？

   ....

2. 我要坐火車到河內，請問火車站在哪裡？

   ....

3. 請問大叻有賭場嗎？

   ....

4. 你公司在哪裡？

   ....

5. A：我想去富國島。

   ....

   B：你要怎麼去？

   ....

   A：我坐郵輪去。

   ....

4 數字、單位

　　本章教大家數字與單位的唸法。越南的數字概念與西方國家相同，都是以千位分隔，例如：「十萬」是「100 千」，之後每千位換一個單位詞。還有例如 0、1、5 在不同位數會有不同讀法，請各位讀者多留意。

　　學習數字是繁瑣但重要的，平時看到數字可以自己練習翻譯成越南語，對於記憶與單位換算是很有幫助的喔！

與數字有關的越南習俗

　　若說 4 是華人較避諱的數字，7、13 就是越南人較敏感的數字，例如結婚、開戶等就會避開 7 號。因為 7 的漢越詞 * 發音「thất」與「失」一樣，外加農曆七月是鬼月，所以有不吉利的意思。而 13 主要是受到西方文化的影響，通常在樓層、房號會避開。

　　另外，越南人對質數也較敏感（覺得不吉祥），有一句諺語「chớ đi mùng 7, chớ về mùng 3」意思是「出遠門別在 7 號，回家別在 3 號」，是越南人常掛在嘴邊的一句話呢！

* 漢越詞：由漢字延伸而來的越南詞句，在越南日常用語中佔有一定比例，通常在發音上很近似於中文，但語意上可能已經不同。

句型公式 1　　▶ MP3-14

> 數字＋單位名詞＋名詞

例如：

một con chó　一隻狗

ba cái bút　三支筆

hai mươi người　二十個人

> **Số** điện thoại của tôi là… 我的電話**號碼**是……

　　của（的）用於表達事物的所屬關係，但使用方式上與中文「的」相反。

例如：

quyển sách của tôi 我的書

người yêu của tôi 我的男朋友

nhà của anh ấy 他的家

lời nói của tôi 我說的話

　　表示「人與人之間的關係」時，可以省略 của。

例如：

Mẹ tôi 我媽媽 = Mẹ của tôi 我的媽媽

Bạn tôi 我朋友 = Bạn của tôi 我的朋友

　　表示「所屬關係」時，不可省略 của。

例如：

Xe của tôi 我的車

Con chó của tôi 我的狗

數字、單位

 數字　（▶ MP3-15）

數字	越南語	備註
0	không	0 出現在二位數時，會用 linh/lẻ，例如：105 是 một trăm linh năm。其餘皆是 không。
1	một	
2	hai	
3	ba	
4	bốn (tư)	tư 通常用在序數比較多，例如：thứ tư（第四）
5	năm	
6	sáu	
7	bảy	
8	tám	
9	chín	
10	mười	
11	mười một	
12	mười hai	
13	mười ba	
14	mười bốn	
15	mười lăm	通常兩個數字以上的個位數，5（năm）的發音會變成 lăm，以避免跟「年」的發音混淆。

數字	越南語	備註
16	mười sáu	
17	mười bảy	
18	mười tám	
19	mười chín	
20	hai mươi	10（mười）出現在 20 以上的數字中，發音會變成 mươi。
21	hai mươi mốt	1（một）出現在 21～91 的數字中，發音會變成 mốt。21 到 99 之間，除了尾數 0 的數字之外，mươi 都可以省略。
31	ba mươi mốt	
50	năm mươi	
100	một trăm	
101	một trăm linh một	
1,000	một nghìn	
10,000	mười nghìn	
100,000	một trăm nghìn	
1,000,000	một triệu	
10,000,000	mười triệu	
100,000,000	một trăm triệu	
1,000,000,000	một tỷ	

數字、單位

範例對話  ▶ MP3-16

認識新朋友

Hoa: Chào bạn! Mình tên là Hoa. Còn bạn?

Hùng: Chào Hoa! Mình tên là Hùng.

Hoa: Hùng năm nay bao nhiêu tuổi?

Hùng: Mình 25 tuổi.

Hoa: Chúng mình bằng tuổi nhau nè.

Hùng: Trùng hợp quá! Hoa cho mình xin số điện thoại được không? Mình mới sang Đài Loan khá bỡ ngỡ, có gì nhờ Hoa giúp đỡ.

Hoa: Số của Hùng là bao nhiêu? Để mình nháy máy sang.

Hùng: Số điện thoại của mình là 0912-745-896.

中譯

花：你好！我是阿花，你呢？

雄：阿花妳好！我是阿雄。

花：阿雄今年幾歲？

雄：我 25 歲。

花：我們同年齡呢！

雄：太巧了！妳可以給我你的電話號碼嗎？我才剛來台灣還很生疏，有什麼事我打電話請妳幫忙。

花：你的電話多少？我打過去。

雄：我的電話號碼是 0912-745-896。

 **重點單字**

越南語	中文
năm nay	今年
bằng	等於
nhau	彼此
trùng hợp	巧合
cho	給
xin	索求
số	數字（號碼）
điện thoại/di động	電話／手機
mới	新（剛）
sang	到
khá	滿／很
bỡ ngỡ	生疏
nhờ	煩請
giúp đỡ	幫助
để	讓（我）
nháy máy	一撥就掛（直譯為「閃機」）*

* 越南人經常以「一撥就掛」的方式來記錄對方電話號碼。

 短句補給　▶ MP3-17

越南語	中文
Số điện thoại của bạn là bao nhiêu?	你的電話號碼是多少？
Bạn ở **nhà** số mấy? Bạn ở **nhà** số bao nhiêu?	你家地址是幾號？
Bao nhiêu **tiền**?	多少錢？
Nhà bạn có bao nhiêu người? **Nhà bạn** có mấy người?	你家有幾個人？
Sinh nhật bạn là ngày bao nhiêu?	你的生日是幾號？
Dân số Việt Nam là bao nhiêu?	越南的人口數有多少？
Việt Nam có **hơn** chín mươi triệu người.	越南有九千多萬人。
Đài Loan có hai mươi ba triệu **người**.	台灣有兩千三百萬人。
Việt Nam có tất cả bao nhiêu **dân tộc**?	越南一共有多少民族？
Việt Nam có **tất cả** năm mươi tư dân tộc.	越南一共有五十四個民族。
Việt Nam có tất cả bao nhiêu **tỉnh** thành?	越南一共有多少省、城市？
Việt Nam có sáu mươi tư tỉnh **thành**.	越南有六十四個省、城市。
Cho tôi một **cốc** rượu. Cho tôi một **ly** rượu.	給我一杯酒。
Cho tôi một cân **xoài**.	請給我一公斤芒果。
Tôi mua **mảnh đất** một trăm mét vuông.	我買了一百平方米大的土地。
Tôi muốn mua mấy **quyển sách**.	我要買幾本書。

越南語	中文
A: Chiếc **xe đạp** này bao nhiêu tiền? B: Ba triệu bảy trăm năm mươi nghìn.	A：這台**腳踏車**多少錢？ B：三百七十五萬元。
A: Bạn có năm trăm nghìn không? B: Tôi **chỉ có** ba trăm năm mươi lăm nghìn.	A：你有五十萬嗎？ B：我**只有**三十五萬五千元。
A: Bạn **cao** bao nhiêu? B: Tôi cao một mét bảy lăm.	A：你多**高**？ B：我身高一七五公分。
A: **Chiều cao** của bạn là bao nhiêu? B: Tôi cao một mét rưỡi.	A：你的**身高**是多少？ B：我高一米五。
A: Bạn **nặng** bao nhiêu? 　Bạn bao nhiêu cân? B: Tôi năm mươi cân.	A：你多**重**？（你幾公斤？） B：我五十公斤。
A: **Cân nặng** của bạn là bao nhiêu? B: Tôi bảy mươi cân.	A：你的**體重**是多少？ B：我七十公斤。

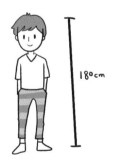

180cm

數字、單位

字庫　▶ MP3-18

1. 量詞

量詞	常搭配名詞
cái（個）	bàn（桌子） ti-vi（電視）
chiếc（台、輛）	xe máy（摩托車） xe đạp（腳踏車） máy bay（飛機） 
con （隻、位、個、條……等所有動物與人的 單位）	bò（牛） chó（狗） người（人） dao（刀子） sông（河） đường（路）
tờ（張）	giấy（紙） báo（報紙）
tấm（張）	ảnh（照片） bản đồ（地圖）
bức（面／幅／封）	tường（牆壁） tranh（畫） thư（信）
quyển/cuốn（本）	vở（筆記本） sách（書）
quả/trái（顆）	bưởi（柚子） xoài（芒果） bóng bay（氣球）

量詞	常搭配名詞
cốc/ly（杯）	nước（水杯） rượu（酒杯）
thỏi（條）	son（口紅） sô-cô-la（巧克力）
bông（朵）	hoa（花朵）
đôi（雙／對）	giày（鞋子） đũa（筷子）

2. 度量單位

越南語	中文
mi-li-mét (mm)	公厘
xen-ti-mét (cm)	公分
mét	公尺
ki-lô-mét (km)/cây số	公里
mét vuông	平方米
xen-ti-mét vuông	平方厘米
héc-ta	公頃
mẫu	畝
gam	公克
cân/ki-lô-gam	公斤
tấn	公噸
lít	公升

翻譯練習

1. 86

2. 1,450

3. 20,652,963

4. 1,033

5. 1,425,756,110

6. 我家有三隻狗。

7. 從我的公司到他的公司大概五公里。

5 | 時間

本章教大家時間的説法，可以和前一章學過的數字做搭配，在生活中多練習、靈活運用。

越南人生活中的時間

　　跟華人一樣,越南人也有看日期、時程的習俗,也有天干地支,所以在重要儀式時也經常有人會去算良辰吉時。但若是日常的打招呼,越南人就不會以「早安」、「午安」、「晚安」這樣區分時間的方式,而是單純以人稱代名詞打招呼,像是「哥哥好」、「妹妹好」。在時差上,越南全國時區都是 GMT+7,比台灣慢一小時。

句型公式 1　　▶ MP3-19

> 問:Bây giờ ＋ là ＋ mấy giờ?　現在＋是＋幾點?
>
> 　　Mấy ＋ giờ ＋ rồi?　幾＋點＋了?
>
> 答:Bây giờ ＋ là ＋數字＋ giờ.　現在是……點。
>
> 　　或是簡單回答:數字＋ giờ.

例如:

A: Bây giờ là mấy giờ?　現在是幾點?

B: Bây giờ là sáu giờ.　現在是六點。

句型公式 2

> lúc　在(某時)

例如:

Tôi thường **đi ngủ** lúc mười giờ.　我都十點**去睡覺**。

Tôi có **hẹn** lúc bảy giờ.　我七點時有**約**。

Tôi đi học lúc 8 giờ sáng.　我在早上 8 點去上課。

句型公式 3

時間的說法

$$時＋分＋秒$$

例如：Bây giờ là 10 giờ 30 phút 20 giây. 現在是 10 點 30 分 20 秒。

$$X\ giờ ＋ hơn \quad X\ 點多$$
$$X\ giờ ＋ kém \quad 快\ X\ 點$$

例如：3 giờ hơn　3 點多

　　　8 giờ kém　快 8 點

$$X\ giờ ＋ kém ＋ X\ phút \quad X\ 點＋少於＋X\ 分鐘（差 X 分鐘後 X 點）$$

例如：Bây giờ là 10 giờ kém 10 (phút) = Bây giờ là 9 giờ 50 (phút)

　　　現在差 10 分鐘後 10 點 = 現在 9 點 50 分

句型公式 4

一半的說法

　　在越南語中，講到「一半」，分為「少於一個的一半」稱作「nửa」，與「多於一個的一半」稱作「rưỡi」。

例如：

Tôi cần nửa tiếng. 我需要半小時。

Tôi cần hai tiếng rưỡi. 我需要兩個半小時。

nửa quả　半顆

một quả rưỡi　一顆半

nửa ngày　半天

một ngày rưỡi　一天半

 範例對話 I ▶ MP3-20

老婆叫老公起床

Nga: Chồng ơi, dậy ăn sáng rồi đi làm.

Việt: Mấy giờ rồi em?*

Nga: Sáu rưỡi rồi anh ạ.

Việt: Cho anh ngủ thêm năm phút nữa thôi.

Nga: Anh sắp muộn làm rồi đó.

中譯

娥：老公，起床吃早餐然後去上班啊。

越：幾點了？

娥：六點半了。

越：讓我再多躺五分鐘就好。

娥：你快遲到了喔！

* 越南夫妻、男女朋友之間，經常會使用「anh/em」（兄／妹）來稱呼，就算女方年紀較長也是一樣的。

重點單字

越南語	中文
chồng	老公
dậy	起（床）
ăn	吃
bữa sáng	早餐
ngủ	睡覺

越南語	中文
thêm	更多
nữa	再
sắp	幾乎（快要）
muộn	遲到

 **範例對話 2** ▶ MP3-21

夫妻講電話

Việt: Tối nay chúng mình đi ăn nhà hàng nhé. Anh đặt bàn rồi.

Nga: Dạ.

Việt: Khoảng mấy giờ em tan làm?

Nga: Hôm nay công ty không bận lắm, em có thể về sớm hơn.

Việt: Vậy năm giờ anh qua công ty đón em nhé.

Nga: Cảm ơn chồng yêu.

中譯

越：今晚我們去餐廳吃飯吧，我訂好位了。

娥：好。

越：妳大約幾點下班？

娥：今天公司沒有很忙，我可以提早回去。

越：那五點我過去妳公司接妳。

娥：謝謝親愛的老公。

重點單字

越南語	中文	越南語	中文
tối nay	今晚	lắm	很（加在形容詞的後方）
nhà hàng	餐廳	về	回去
đặt bàn	訂位	sớm	早
tan làm	下班	qua	過去
bận	忙	đón	接

時間

短句補給　▶ MP3-22

越南語	中文
Bây giờ là sáu rưỡi.	現在是六點半。
Hơn tám giờ rồi. Tám giờ **hơn** rồi.	八點多了。
Chín giờ **kém**.	快九點。 （**差一點**就九點）
Chín giờ kém 5 phút. (Tám giờ 55 phút.)	差 5 分鐘就九點。 （八點 55 分）
Từ nhà đến công ty mất bao nhiêu **thời gian**?	從家裡到公司要花多久**時間**？
Từ nhà đến **công ty** mất 30 phút. Từ nhà đến **công ty** mất nửa tiếng.	從家裡到**公司**要 30 分鐘。 從家裡到**公司**要半小時。
Ngồi máy bay từ Đài Loan đến Việt Nam mất **bao lâu**?	從台灣坐飛機到越南要**多久**？
Ngồi máy bay từ Đài Loan đến Việt Nam khoảng ba tiếng.	從台灣**坐**飛機到越南大概要三個小時。
Mấy giờ anh **đi làm**?	你幾點**去上班**？
Anh **ngủ dậy** lúc mấy giờ?	你（在）幾點**起床**的？
Bình thường bạn hay đi ngủ lúc mấy giờ?	**平常**你都幾點去睡覺？
Khi nào anh về nước?	你**什麼時候**回國？
Bao giờ tụi em tổ chức **đám cưới**?	你們什麼時候舉辦**婚禮**？

 **字庫** ▶ MP3-23

越南語	中文	越南語	中文
thời gian	時間	(buổi) trưa	中午
bây giờ	現在	(buổi) chiều	下午
lúc	在（類似英文的「at」）	(buổi) tối	晚上
giờ	點	ban đêm	半夜
phút	分	đi ngủ	去睡覺
giây	秒	ngủ dậy	起床
tiếng	小時	đi làm	去上班
rưỡi	半（1.5 以上）	đi học	去上課
nửa	半（0.5）	muộn/trễ	遲到、晚
kém	少於	sớm	早
hơn	多於	đúng giờ	準時
đúng	整點	bao lâu	多久
khi nào/bao giờ	什麼時候	bình thường/thường	平常
(buổi) sáng	早上	hay/thường xuyên	常常

 翻譯練習

1. A：現在幾點幾分？

....

　　B：下午 3 點 15 分。

....

2. 我八點回到家。

....

3. 他常常晚 30 分鐘來上班。

....

4. 你幾點去睡覺？

....

5. 你爸爸什麼時候要去日本呢？

....

6 | 日期、星期與年月

　　雖然習俗與慶典有些許不同，越南跟台灣一樣有「âm lịch」（陰曆／農曆），也過春節與三節。而「農曆 1 ～ 10 號」在越南語中，會使用「mồng/mùng」（日／號），而不用「ngày」，例如：「Mùng (mồng) 1 tháng 1 âm lịch」（農曆 1 月 1 日）。

　　本章將介紹更多日期與星期的寫法、觀念，大家不妨與自己慣用的方式做比較，有哪些不一樣的地方呢？

越南語的日期寫法與星期觀念

越南人寫日期的順序是「thứ→ngày→tháng→năm」（星期 → 日 → 月 → 年），而且數字都在後面，例如：「今天是 2020 年 4 月 15 日星期二。」在越南會說「Hôm nay là thứ Ba ngày 15 tháng 4 năm 2020.」（今天是星期二，15 日 4 月 2020 年）。所以在越南看到「2/1/2020」是指一月二日，別誤會成二月一日了。

另外還有一個很重要的是，對越南人來說，星期日是「主日」，是一週的開始，台灣的星期一則是越南一週的第二天，稱為「Thứ Hai」（Hai 是二）。所以在台灣人觀念裡的星期一到日，在越南語裡依序是 Thứ Hai（星期一）、Thứ Ba（星期二）、Thứ Tư（星期三）、Thứ Năm（星期四）、Thứ Sáu（星期五）、Thứ Bảy（星期六）、Chủ Nhật（星期日／主日）。在與越南人談論星期幾時，最好用「日期」確認一下喔！

句型公式　▶ MP3-24

> Hôm nay là... 今天是……

例如：

Hôm nay là thứ mấy? 今天星期幾？

Hôm nay là thứ Hai. 今天是星期一。

Hôm nay là ngày bao nhiêu? 今天是幾號？

Hôm nay là ngày 25 tháng 10. 今天是 10 月 25 日。

 **星期** ▶ MP3-25

在越南語裡，一週七天的說法，第一天是星期日（主日），第二天是星期一，所以星期一的越南語是數字「二」，以此類推。

Thứ Hai 星期一	Thứ Ba 星期二	Thứ Tư 星期三	Thứ Năm 星期四
Thứ Sáu 星期五	Thứ Bảy 星期六	Chủ Nhật 星期日（主日）	Đầu tuần 週初（星期一、星期二）
Tuần trước 上星期	Tuần này 這星期	Tuần sau 下星期	Cuối tuần 週末

 **當日／前後日**

Hôm kia 前天	Hôm qua 昨天	Hôm nay 今天	Ngày mai 明天	Ngày kia 後天

 月份

Tháng một 一月	Tháng hai 二月	Tháng ba 三月	Tháng tư 四月
Tháng năm 五月	Tháng sáu 六月	Tháng bảy 七月	Tháng tám 八月
Tháng chín 九月	Tháng mười 十月	Tháng mười một 十一月	Tháng mười hai 十二月
Tháng Giêng 正月	Tháng Chạp 臘月		

 年份

Năm kia (hai năm trước) 前年（兩年前）	Năm ngoái 去年	Năm nay 今年
Năm sau, năm tới, sang năm 明年	Năm sau nữa (hai năm sau) 後年（兩年後）	

朋友約時間

Lan: Phương ơi, hôm nay là thứ mấy?

Phương: Hôm nay là thứ Sáu. Sao thế?

Lan: Sắp đến sinh nhật người yêu tớ rồi. Suýt nữa là tớ quên mất!

Phương: Sinh nhật người yêu cậu ngày nào?

Lan: 15 tháng 1, là ngày kia.

Phương: Cậu mua quà gì cho anh ấy?

Lan: Tớ chưa mua! Ngày mai cậu đi cùng tớ được không?

Phương: Được. Mấy giờ?

Lan: Hai giờ chiều nhé!

Phương: Ok!

中譯

蘭：阿芳，今天是星期幾？

芳：今天是星期五。怎樣？

蘭：我男友生日快到了，差點忘了！

芳：妳男友生日幾號？

蘭：1 月 15 日，就是後天。

芳：妳買什麼禮物給他？

蘭：還沒買！妳明天陪我去好嗎？

芳：好啊，幾點？

蘭：下午兩點吧！

芳：好！

日期、星期與年月

 重點單字

越南語	中文		越南語	中文
sắp	即將		nào	哪
sinh nhật	生日		quà	禮物
người yêu	男／女朋友（愛人）		cùng	一起
suýt nữa	差點		được	可以／行
quên mất	忘掉			

 短句補給　▶ MP3-27

越南語	中文
Hôm nay là ngày tháng năm nào?	**今天**是幾年幾月幾號？
Bạn **sinh** năm bao nhiêu?	你哪一年**出生**的？
Tôi sinh năm 1991. Tôi sinh năm 91.	我 1991 年出生的。 我 91 年出生的。
Cuối tuần bạn làm gì?	**週末**你要幹嘛？
Cuối tuần **vui vẻ**!	週末**快樂**！
Cuối tuần này bạn có **rảnh** không?	這個週末你**有空**嗎？
Chủ Nhật tôi muốn đi **ngắm biển**.	星期日我想去**看海**。
Tôi **đi chơi** hai ngày.	我**出去玩**兩天。
Một tuần tôi đi làm 5 ngày, hai ngày còn lại tôi ở nhà **nghỉ ngơi**.	一週我去上班 5 天，剩下兩天我在家**休息**。

越南語	中文
Một năm tôi sẽ đi du lịch **nước ngoài** một lần.	一年我會去**國外**旅遊一次。
Đám cưới của tôi được **tổ chức** vào ngày 12 tháng 2. Rất mong bạn và người thương tới tham dự.	我的婚禮會在 2 月 12 日**舉辦**，很希望你和愛人一起來參加。
Sắp tới tôi phải **đi công tác** ở Việt Nam một tháng.	最近我要去越南**出差**一個月。
Tôi sẽ kết hôn vào cuối năm, nhưng **chưa biết** cuối năm nào.	我年底會結婚，但**還不知道**哪一年底。
Tôi đến **Việt Nam** đã ba năm rồi.	我來**越南**已經三年了。
Hai năm **trước** tôi có đi Hà Nội chơi.	兩年**前**我到河內去玩。
Năm sau tôi muốn đi Việt Nam du lịch.	**明年**我想去越南旅行。

 **字庫** ▶ MP3-28

越南語	中文
ngày	日／號／天
thứ	星期（幾）
tuần	週（7天）
tháng	月
năm	年
Năm mới（新年） Tết Dương lịch/Tết Tây	元旦（1月1日）
Tết Âm lịch/Tết Ta/Tết Nguyên Đán/ Tết/Năm mới（新年）	新年（農曆1月1日）
Lễ tình nhân	情人節（2月14日）
Tết Nguyên Tiêu/Rằm tháng Giêng	元宵節（農曆1月15日）
Giỗ tổ Hùng Vương	雄王節（農曆3月10日）
Ngày Giải Phóng Miền Nam	解放日（4月30日）
Ngày Quốc tế Lao động	國際勞動節（5月1日）
Ngày Quốc Khánh	國慶日（9月2日）

越南語	中文
Tết Đoan Ngọ	端午節（農曆 5 月 5 日）
Lễ Vu Lan (Tết Trung Nguyên)	中元節（農曆 7 月 15 日）
Tết Trung Thu	中秋節（農曆 8 月 15 日）
Ngày Phụ nữ Việt Nam	越南婦女節（10 月 20 日）
Ngày Nhà giáo Việt Nam	教師節（11 月 20 日）
Giáng sinh/Nô-en	聖誕節（12 月 25 日）
Kỷ niệm ngày cưới	結婚紀念日

* 藍字為國定假日

日期、星期與年月

翻譯練習

1. A：你的生日是什麼時候？

   ....

   B：1990 年 10 月 20 號。姊姊呢？

   ....

   A：1988 年 2 月 5 號。

   ....

2. 我明年 3 月 6 號要去越南旅遊五天。

   ....

3. 今天是農曆幾號？

   ....

4. 今天是 4 月 6 號星期三。

   ....

CHAPTER

7 | 換錢

　　越盾大部分都是紙鈔或塑膠材質，目前市面上流通的面額包含 200、500、1.000、2.000、5.000、10.000、20.000、50.000、100.000、200.000、500.000。但因為 200 和 500 的價值太小（台幣對越盾的匯率，近年從 1:650 到 1:850 不等，受國際情勢影響波動較大，請大家在換匯時務必查詢最新匯率），所以比較少見了。要注意的是，20.000 與 500.000 長得很像，冥紙也跟真鈔很像，不懷好意的攤商或司機可能會藉機使詐，小心不要看錯了！

越南人常用的幣值說法

第四章中有介紹過數字的正式唸法，然而萬以上的數字有省略了「十千」、「百千」的替代字，更方便口語表達。

句型公式 1　▶ MP3-29

> 「萬」的說法：數字＋ chục（十）

一萬到九萬的數字原本應該是唸「mười nghìn ~ chín mươi nghìn」（十千～九十千），但口語上可以直接用「1~9 加上 chục」。chục 的原意是「十」，並非「萬」，意即口語省略了「十千」後面的「千」。

例如：ba mươi nghìn ＝ ba chục　三十千＝三萬（直譯為「三十」）

注意：「三萬五千」必須要說「ba mươi lăm nghìn」，不能說「ba chục lăm nghìn」。

> 「十萬」的說法：數字＋ trăm（百）

正式唸法是「數字＋ trăm nghìn」。

例如：ba trăm sáu mươi nghìn ＝ ba trăm sáu

　　　三百六十千＝三十六萬（直譯為「三百六十」）

　　　năm trăm nghìn ＝ năm trăm

　　　五百千＝五十萬（直譯為「五百」）

> 「百萬」的說法：數字＋ triệu

例如：1.000.000 ＝ một triệu

　　　5.000.000 ＝ năm triệu

> 越南年輕人也會習慣講「數字＋k」。

例如：50.000 ＝ 50k

100.000 ＝ 100k

句型公式 2

> **Tôi muốn** đổi tiền. **我要（想）換錢。**

Tôi muốn 後面可替換動詞。

例如：

Tôi muốn ăn cơm. 我想吃飯。

Tôi muốn đi vệ sinh. 我想去廁所。

句型公式 3

> (Từ) A sang B　（從）A 到 B

例如：

Từ Việt Nam sang Đài Loan. 從越南到台灣

Tiền **Đài tệ** đổi sang tiền Việt. 台幣換（到）越盾

換錢

範例對話 I ▶ MP3-30

台幣換越盾

Nhân viên ngân hàng: Chào mừng quý khách!

Mạnh: Xin chào! Tôi muốn đổi tiền Đài sang tiền Việt. Hôm nay tỷ giá bao nhiêu?

Nhân viên ngân hàng: Tỷ giá Đài tệ đổi tiền Việt là 760. Anh muốn đổi bao nhiêu?

Mạnh: Tôi muốn đổi mười nghìn Đài tệ.

Nhân viên ngân hàng: Đây là bảy triệu sáu, anh đếm lại xem.

Mạnh: Đủ rồi. Cảm ơn chị!

中譯

銀行行員：歡迎（貴客）光臨！

孟：您好！我想要將台幣換成越盾，今天的匯率是多少？

銀行行員：台幣對越盾的匯率是 760。你想要兌換多少？

孟：我想換一萬塊台幣。

銀行行員：這是七百六十萬，你數一數。

孟：夠了（對了），謝謝！

 重點單字

越南語	中文	越南語	中文
chào mừng	歡迎	đây là	這是
quý khách	貴客	đếm	計數
đổi	換	lại	再次
tiền Đài (Đài tệ)	台幣	xem	看
tiền Việt	越盾	đủ	足夠
tỷ giá	匯率		

 範例對話 2　　▶ MP3-31

大鈔換小鈔

Hằng: Chị ơi, cho em đổi tiền một trăm nghìn được không?

Trà: Em muốn đổi bao nhiêu?

Hằng: Em muốn đổi một triệu ạ.

Trà: Không đủ đâu. Chị chỉ có năm tờ một trăm thôi.

Hằng: Thế còn lại chị đổi cho em tiền năm chục cũng được ạ.

Trà: Ok em.

中譯

妲：姊姊，妳可以幫我都換成十萬（面額）嗎？

茶：你想換多少？

妲：我想換一百萬。

茶：不夠喔。我只有五張十萬而已。

妲：那剩下的妳幫我換成五萬也行。

茶：Ok。

 重點單字

越南語	中文	越南語	中文
được không?	好嗎？	còn lại	剩下
chỉ	只	cũng	也

 短句補給 ▶ MP3-32

越南語	中文
Tôi có thể đi **đổi tiền** ở đâu?	我可以去哪裡**換錢**？
Xin hỏi, **ở đây** có đổi tiền Đài Loan không?	請問**這裡**有換台幣嗎？
Xin hỏi, có thể giúp tôi đổi **tiền lẻ** không?	請問可以幫我換成**零錢**嗎？
Tôi muốn đổi tiền Đài sang tiền Việt.	我想把台幣換成越盾。
Tờ tiền này **rách** rồi, không đổi được.	這張紙鈔**破**了，不能換。
Đây là **tiền giả**.	這是**假鈔**。
Ở đây không nhận đổi tiền **ngoại tệ**.	這裡不接受換**外幣**。

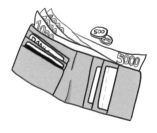

 字庫　▶ MP3-33

越南語	中文	越南語	中文
tiền	錢	ngân hàng	銀行
tiền chẵn	整鈔	tiệm vàng/hiệu vàng	黃金店（銀樓）
tiền lẻ	零錢	tỷ giá	匯率
tiền xu	銅板	nghìn	千
ngoại tệ	外幣	mười nghìn	一萬（十個千）
đổi tiền	換錢	một trăm nghìn	十萬（一百個千）
tính tiền	結帳	một triệu	一百萬
Đài tệ	台幣	mười triệu	一千萬
Đô la/Đô	美金	một trăm triệu	一億
Việt Nam đồng	越盾	một tỷ	十億

翻譯練習

1. 請問今天台越的匯率是多少？

....

2. 我要換一萬元台幣。

....

3. 請問附近有黃金店嗎？

....

4. 我只有兩張十萬越盾而已。

....

5. 我想把美金換成越盾。

....

8 感受

　　基本上，越南人對外國人都算友善，即使您僅會用單字或肢體動作，與當地人溝通也沒有問題。所以，各位讀者不用害怕犯錯，盡量活用您會的單字，並搭配在本章學會的句型，勇於表達自己的感受吧！

越南人如何表達感受

　　越南人普遍而言是重視人際情感、在乎對方感受的，這方面跟傳統儒家思想有點像，所以在對話時，氣氛有時更重於意見本身，表達拒絕時更是委婉繞圈。

　　但現在年輕一輩的越南人未必承襲這樣的習慣，加上如果您只是初學者，能簡單明瞭表達自己的意見就好了，不要有太大的壓力。

句型公式 1　　▶MP3-34

> 問：Bạn thấy thế nào?/Bạn cảm thấy thế nào? 你覺得怎樣？
>
> 答：Tôi thấy…/Tôi cảm thấy… 我覺得……

例如：

A: Em thấy thế nào? 你覺得怎樣？

B: Em thấy <u>rất</u> **thất vọng**. 我覺得很**失望**。

句型公式 2

> 副詞「rất」（很）＋表達感受的形容詞

例如：

Rất vui　很開心

Rất tự hào　很自豪

句型公式 3

形容詞＋quá（很／好）

用來表達「當下」的感受。

例如：

Vui quá! 好開心！

Chán quá! 好無聊！

Bạn **hát** hay quá! 你唱歌好好聽！

Anh **hậu đậu** quá! 你太粗心了！

句型公式 4

形容詞＋lắm（很）

用來向別人敘述感受。

例如：

A: Bộ phim **đó** hay không? 那部電影好看嗎？

B: Dở lắm! 很糟糕！

感受

 ▶ MP3-35

跟朋友討論告白

Tuấn: Lát nữa tôi sẽ tỏ tình với Hoa.

Hùng: Thật hả? Chúc anh thành công! Bây giờ cảm giác của anh thế nào?

Tuấn: Tôi đang rất run.

Hùng: Đừng lo! Hãy dùng sự chân thành của mình để bày tỏ với cô ấy. Cố lên!

(Một tiếng sau)

Hùng: Sao rồi? Anh đã tỏ tình chưa? Cô ấy nói sao?

Tuấn: Tôi thất bại rồi!

Hùng: Không thể nào! Anh nói như thế nào?

Tuấn: Tôi hỏi cô ấy có muốn kết hôn với tôi không?

Hùng: Anh vội vàng quá! Như vậy sẽ làm người ta sợ.

Tuấn: Bây giờ tôi cảm thấy rất bối rối.

Hùng: Thôi không sao! Đi uống một cốc sẽ vui hơn.

Tuấn: Tôi thật sự ngưỡng mộ anh. Anh rất lạc quan!

俊：我待會要跟小花告白了。

雄：真的？祝你成功！你現在感覺如何？

俊：我現在很緊張！

雄：別緊張，用真誠的心來跟她告白。加油！

（一個小時後）

雄：如何？你告白了嗎？她説什麼？

俊：我失敗了！

雄：不可能？你怎麼説的？

俊：我問她要不要和我結婚？

雄：你太急躁了吧？會嚇到人家的？

俊：我現在感到很困惑……

雄：沒關係啦！去喝一杯，開心一下？

俊：我真羨慕你，你很樂觀！

感受

重點單字

越南語	中文	越南語	中文
lát nữa	待會	cố lên	加油
tỏ tình	告白	Sao rồi?	如何？
人稱代名詞＋ sẽ	我要	nói	說
với ＋受詞	向／對／跟／與	kết hôn	結婚
chúc	祝	vội vàng	急躁
thành công	成功	bối rối	困惑
cảm giác	感覺	ngưỡng mộ	羨慕
run	緊張	lạc quan	樂觀
sự chân thành	真誠的心		

越南語	中文
Bình tĩnh một chút!	請**冷靜**一下！
Anh muốn dành cho em một **bất ngờ**!	我要給你一個**驚喜**！
Chúc em **hạnh phúc**!	祝你**幸福**！
Chúc bạn **may mắn**!	祝你**好運**！
Chúc thượng lộ **bình an**!	祝路上**平安**！
Mẹ cảm thấy rất **tự hào** về con!	我為你感到**驕傲**！（媽媽對小孩說）
Anh có vui không?	你開心嗎？
Anh làm em rất **bực mình**!	你讓我很**生氣**！
Anh **đừng** làm chuyện mất mặt nữa.	你**別**做丟臉的事了！
Anh ấy là người rất **nhiệt tình**.	他是個很**熱情**的人。
Thi xong rồi **tâm trạng** nhẹ nhàng hơn.	考完了，**心情**如釋重負！
Tôi **không thèm**!	我才**不屑**！
Thật á? Tôi **nghi ngờ** lắm!	是嗎？我很**懷疑**！
Tôi đang **cảm thấy** rất cô đơn.	我現在**覺得**很孤單。
Tôi đang rất lo lắng, không biết **phải làm sao**.	我現在很緊張，不知道**怎麼辦**。
Anh đừng có **hối hận**!	你就不要**後悔**！
Bạn đừng **lo lắng** quá!	你別太**擔心**！
Đừng run! Hãy **cố gắng** hết mình!	別緊張！請盡（**加油**）你所能！

感受

越南語	中文
Cảm ơn anh đã **an ủi** em!	謝謝你**安慰**我！
Tôi rất ngưỡng mộ **tình yêu** của họ.	我很羨慕他們的**愛情**。
Tại sao anh lại lạnh nhạt với em như vậy?	你**為什麼**對我那麼冷淡？
Chúng tôi đang rất hạnh phúc.	我們現在很幸福。
Tôi thấy **bộ phim đó** rất chán.	我覺得**那部片**很無聊。
Tôi thấy cô ấy **hát** rất tệ.	我覺得她**唱**得很難聽。

 **字庫** ▶ MP3-37

正面狀態		相對狀態	
越南語	中文	越南語	中文
vui	快樂	tức giận, bực mình	生氣
thoải mái	舒暢	phẫn nộ	憤怒
phấn khích	興奮	buồn bực	鬱悶
		buồn phiền	煩躁
		phiền não	煩惱
		đau xót, thương xót	沉痛
		ai thương	哀傷
		bi thương	悲傷
		đau đớn	痛苦
		bối rối	困惑
		hối hận	後悔
		không biết xử trí thế nào	不知所措
lạc quan	樂觀	bi quan	悲觀
ngưỡng mộ	羨慕（仰慕）	đố kị	嫉妒
tự hào	自豪（驕傲）	áy náy	愧疚
phấn chấn	振作	bối rối	困惑
hào hứng	振奮	xấu hổ, ngượng	羞恥
		xấu hổ, mất mặt	丟臉
		nhục	羞辱
		ấm ức	委屈

感受

正面狀態		相對狀態	
越南語	中文	越南語	中文
hạnh phúc	幸福	thất vọng	失落
ngọt ngào	甜蜜	cô đơn	孤單
		cô đơn, cô quạnh	寂寞
		đáng thương	可憐
		không như ý muốn	失意
		ủ rũ, chán nản	沮喪
yêu	愛	hận	恨
		ghét	厭惡
nhiệt tình	熱情	lạnh nhạt	冷漠
bình tĩnh	冷靜	hấp tấp, vội vàng	急躁
an toàn	安全	lo lắng	擔心
an tâm	安心	hốt hoảng	恐懼
bình an	平安	đáng ngờ	懷疑
như trút được gánh nặng (tâm trạng nhẹ nhàng hơn)	如釋重負	run, lo	緊張
		e thẹn, ngại	害羞
		bất an	不安
		bàng hoàng	徬徨
		sợ hãi	害怕
bất ngờ	驚喜	kinh khủng	驚恐
tò mò	好奇	kinh ngạc	驚訝
thích thú; thú vị	有趣	buồn tẻ, chán	無聊
hay	好聽、好看	dở, tệ	糟糕
kỳ vọng	期待	thất vọng	失望
		vô vọng	無望

翻譯練習

1. 我太開心了！

2. 我希望你不會覺得後悔。

3. 我覺得很孤單。

4. 我討厭你！

5. 今天晚上我要給你一個驚喜！

感受

MEMO

9 回應

本章將學習一些對事件的回應語句，包含稱讚、指責、安慰、吵架、道歉、祝福。各位讀者在學會本章節後，對於生活中遇到的大多數情況，都能用越南語做出反應，並用各類單字回應對方。

第一節：稱讚／指責／安慰

　　相信無論各國文化如何不同，大家都是喜歡接受讚美的；多學一些稱讚他人的語句，也會讓自己人緣更好喔！

　　然而，在越南傳統習俗中，覺得小孩子的魂魄不穩定、需要被守護，所以當地人在稱讚孩子很漂亮、很聰明、很乖、很壯等等時，會使用「反話」，或是加上 trộm vía 這個詞，用意類似「請示神明」，以免稱讚一講出口，小孩就失去那個特質了。例如：

Trộm vía bé **ngoan** quá!　小寶貝好乖喔！

Em bé nhìn "ghét" quá!　小寶貝好「討厭」喔！（反話）

句型公式　　▶ MP3-38

> 人稱代名詞＋ thật（真）＋形容詞　某人真⋯⋯

　　或是「人稱代名詞＋形容詞＋ thật（真）」也可以。

例如：

Anh thật buồn cười! 或 Anh buồn cười thật!　你真好笑！

Anh thật ngu ngốc! 或 Anh ngu ngốc thật!　你真笨！

 **範例對話** ▶ MP3-39

贈送禮物

Luân: Tặng em cái túi này.

Mỹ: Ôi! Cái túi này đẹp quá! Em cảm ơn anh. Anh tốt thật đấy!

Luân: Em thích là anh vui rồi.

中譯

阿倫：這個包包送妳。

阿美：哇！這個包包太美了！謝謝你！你人真好！

阿倫：妳喜歡我就開心了。

 **重點單字**

越南語	中文	越南語	中文
túi	包包	đẹp/xinh	美、漂亮
tặng	送	tốt	好

回應

 短句補給　▶ MP3-40

1. 稱讚：朋友之間

越南語	中文
Hôm nay chị **mặc** đẹp thế!	今天妳**穿**得好漂亮喔！
Cái váy này của bạn đẹp quá!	妳的這**件裙子**好漂亮！
Kiểu tóc mới này rất hợp với bạn.	新的**髮型**很適合你。
Bạn **nấu ăn** ngon quá!	你**煮東西**好好吃！
Con gái của anh chị thật **ngoan**.	你們的女兒真**乖**。
Cảm ơn anh đã **khen**.	謝謝你**稱讚**！
Xin gửi lời cảm ơn **chân thành** tới…	**真誠**的感謝……
Anh **khách sáo** quá! Đến chơi lại còn mua quà nữa.	你太**客氣**了！來玩還買禮物。

2. 稱讚：職場上

越南語	中文
Bạn đã rất cố gắng trong **công việc.**	你**工作**非常努力。
Chị ấy làm việc rất **chăm chỉ**.	她很**認真**工作。
Ý kiến hay đấy!	很好的**意見**！
Anh làm **tốt** lắm!	你做得很**好**！
Tôi rất **ấn tượng** với phần thể hiện của anh.	我對你的表現**印象**深刻！
Kế hoạch lần này bạn làm rất tốt.	這次的**計畫**你做得很好。

越南語	中文
Hy vọng bạn có thể **duy trì** được thành tích tốt như thế này!	希望你可以**維持**這樣的好成績。
Tôi vô cùng **hài lòng** về thái độ làm việc của bạn.	你的工作態度讓我非常**滿意**。
Cảm ơn mọi người đã **giúp đỡ** tôi trong suốt thời gian vừa qua.	謝謝大家過去這段時間**幫助**我。

3. 指責

越南語	中文
Thái độ làm việc của anh không tốt.	你的工作**態度**不好。
Bản báo cáo này rất **qua loa**.	這份報告太**隨便**。
Anh làm gì mà nóng vậy?	你幹嘛火氣那麼大？
Bạn **làm phiền** tới tôi rồi.	你**打擾**到我了！
Đừng làm ồn!	不要吵！
Cầm về làm lại đi!	**拿**回去重做！
Đừng mắc lại **sai lầm** nữa.	不要再犯（**錯誤**）了！
Đừng **viện cớ** nữa!	別**找藉口**了！
Tôi không **tin** lời anh nói!	我才不**信**你説的！
Anh hết **thuốc** chữa rồi.	你沒**藥**可救了！
Tôi thật **thất vọng** về anh.	你太讓我**失望**了！

4. 安慰

越南語	中文
Xin hãy kìm nén **nỗi đau thương**.	請節哀順變。（請抑制**傷痛**。）
Xin được **chia buồn** cùng gia đình.	請讓我跟你的家庭一起**分擔傷痛**。
Hãy để thời gian **chữa lành** vết thương.	讓時間**治癒**傷口吧。
Tôi có thể hiểu **cảm giác** của bạn.	我能體會你的**感受**。
Bạn làm sao thế?	你怎麼了？
Hãy **mạnh mẽ** lên!	**堅強**起來吧！
Cố gắng hơn nữa!	再接再厲！
Cố lên!	加油！
Bạn đã làm hết mình rồi!	你盡力了！
Xin đừng đau buồn nữa!	請別難過了！
Xin đừng **tự dằn vặt** nữa!	請別**自責**了！
Mọi chuyện ổn cả chứ?	一切還好嗎？
Tôi **ủng hộ** bạn!	我**支持**你！
Mọi chuyện sẽ tốt hơn thôi!	一切會更好的！
Tôi có thể giúp gì cho bạn?	我能幫什麼忙嗎？
Mình sẽ luôn bên cạnh bạn.	我會永遠陪在你身邊。
Bạn có thể tìm mình **bất cứ lúc nào**.	你可以**隨時**找我。
Đừng lo!	別緊張！

 **字庫** ▶ MP3-41

稱讚	
越南語	中文
giỏi	厲害
tuyệt/tuyệt vời	棒
dễ gần	親切
đáng yêu/ dễ thương	可愛
hài hước	有趣（形容人）
nhiệt tình	熱情
hoạt bát	活潑
rộng lượng	大方
đẹp trai/ngầu	帥氣／酷
dũng cảm	勇敢
chăm chỉ	認真
có khí chất	有氣質
có tài năng	有才華
hiếu thảo	孝順
lương thiện	善良
thông minh	聰明

指責	
越南語	中文
kém cỏi	很遜
kém	差
kiêu/chảnh	傲慢
ghét/đáng ghét	討厭
nhạt	無趣
lạnh nhạt	冷淡
trầm	沉悶
keo kiệt	小氣
xấu	醜
nhút nhát	怯懦
lười biếng	懶散
cục cằn	粗俗
bất tài	無能
bất hiếu	不孝
ác độc	邪惡
ngu dốt	愚笨

回應

第二節：吵架／道歉

　　以教學的角度，我們在吵架的項目中列舉了一些較激烈的反應，大家可以學習單字與用法，但不建議跟不熟的越南人使用這些用語，畢竟若引發打架、上警局等情況，對外國人來說是很麻煩的。

句型公式 1　　▶ MP3-42

　　越南人不管是打招呼、謝謝、對不起，幾乎都要加上人稱代名詞，感覺比較親切或比較有誠意。

例如：

Xin lỗi, cho tôi hỏi đường một chút. 不好意思，能讓我問個路嗎？

Em xin lỗi anh ạ! 我對不起你！

Anh cho em xin lỗi ạ! 請你接受我的道歉！

句型公式 2

$$không ＋動詞＋ nữa$$

　　意思是「再也不做某件事了」，或是「不做某件事了」。

例如：

Quán này ăn dở quá, tôi sẽ không bao giờ quay lại đây nữa.

這家店好難吃喔，以後我再也不要來了。

A: Chị vẫn chưa đi họp hả?

B: Đối tác huỷ đột xuất nên chị không phải đi nữa.

A：妳還沒去開會嗎？

B：客戶臨時取消，所以我不用出門了。

男女朋友吵架

Hoa: Anh lại đến muộn.

Hùng: Anh xin lỗi! Hôm nay tắc đường quá…

Hoa: Lần nào anh cũng có lý do.

Hùng: Cho anh xin lỗi đi mà. Lần sau anh không tái phạm nữa!

Hoa: Em không tin anh nữa đâu.

中譯

花：你又遲到。

雄：對不起，今天路太塞……

花：你每次都有藉口。

雄：請接受我的道歉吧，我下次不會了！

花：我再也不相信你了。

重點單字

越南語	中文	越南語	中文
lại	又	lý do	藉口
muộn/trễ	遲到	lần sau	下次
tắc đường/kẹt xe	塞車	tin	相信
lần nào	每次	tái phạm	再犯

回應

短句補給　 ▶ MP3-44

1. 吵架

越南語	中文
Câm miệng!	閉嘴！
Bớt nói nhảm đi!	少廢話！
Rốt cuộc anh muốn gì?	你**到底**想怎樣？
Đừng để tôi **nhìn** thấy anh nữa!	別讓我再**看**到你！
Anh **điên** rồi à?	你**瘋**了嗎？
Đừng **nói dối** nữa.	別**說謊**了！
Ý anh là gì?	你什麼意思？
Mày muốn gì?	你想怎樣？
Anh dám?	你敢？
Đồ mất dạy! Đồ khốn nạn!	混蛋！（無教養者）
Hâm à? Khùng à? Điên à?	瘋啦？
Đồ thần kinh!	神經病！
Mày nghĩ mày là ai?	你以為你是誰啊？
Tôi không muốn **đôi co** với anh.	我不想跟你**扯**。

2. 道歉

越南語	中文
Xin lỗi nhé!	對不起喔！
Xin lỗi đã làm phiền bạn.	不好意思，麻煩你了。
Anh **nợ** em một lời xin lỗi.	我**欠**你一個道歉。
Xin lỗi, em **sơ ý** quá.	對不起，我太**大意**了。
Xin lỗi, anh sai rồi.	對不起，我錯了。
Đây là **lỗi** của tôi, thành thật xin lỗi.	這是我的**錯**，真的很抱歉！
Thành thật xin lỗi!	實在抱歉！
Xin lỗi sếp, hôm nay em lại đi muộn rồi.	對不起老闆／主管，我今天又遲到了。
Xin hãy **tha thứ** cho tôi!	請**原諒**我！
Xin hãy **thông cảm**!	請多**包涵**！
Xin hãy **chấp nhận** lời xin lỗi của tôi!	請**接受**我的道歉！
Xin lỗi đã **gây phiền phức** cho anh.	對不起，給您**添麻煩**了。
Không sao. Đó không phải là lỗi của anh.	**沒關係**，那不是你的錯。
Đừng để ý.	別介意。
Xin lỗi, tôi không **cố ý**.	對不起，我不是**故意**的。
Em cảm thấy có lỗi về việc đó.	關於那件事我覺得很有罪惡感。
Xin lỗi anh không có **sự lựa chọn** nào cả.	對不起，我沒有**選擇**。

回應

越南語	中文
Không sao đâu.	沒關係。
Đó **không phải** là lỗi của bạn.	那**不**是你的錯。
Đừng **tự trách** bản thân mình nữa.	別再**自責**了。
Đừng bận tâm. Không vấn đề gì đâu.	別擔心，沒問題的。

字庫 ▶ MP3-45

吵架		道歉	
越南語	中文	越南語	中文
cãi nhau	吵架	xin lỗi	對不起
đánh nhau	打架	ngại quá	真不好意思
đấm	揍	thông cảm	請見諒
đá	踢	lỗi/lỗi lầm	錯／錯誤
tát	打巴掌	tha thứ	原諒
Cút đi!	滾開！	bỏ qua	原諒（放過）

第三節：祝福

　　此節介紹了幾種句型，只要將不同節日、不同主題的祝賀項目套入，就可以靈活使用。有關越南更多節日的講法，可以參考「第六章：日期、星期與年月」，除了三節等重大節日與台灣氛圍類似，越南人也相對重視「婦女節」與「教師節」，各位讀者若有越南朋友是婦女或老師，別忘記在節日時發個訊息給予祝福喔！

句型公式 1　　▶ MP3-46

> Chúc anh ＿＿＿ thuận lợi! 祝你 ＿＿＿ 順利！

例如：

Chúc anh mọi việc thuận lợi! 祝你一切順利！

句型公式 2

> Chúc ＿＿＿ của anh thành công! 祝你的 ＿＿＿ 成功！

例如：

Chúc sự nghiệp của anh thành công. 祝你的事業成功！

回應

句型公式 3

> Chúc mừng ＋節日　祝賀 ____ 節

例如：

Chúc mừng ngày Phụ nữ Việt Nam　祝賀婦女節

> Chúc ＋節日＋ vui vẻ　____ 節快樂

例如：

Chúc sinh nhật vui vẻ.　生日快樂。

 範例對話　▶ MP3-47

邀約朋友

Cường: Tối nay em rảnh không, đi ăn tối với anh nhé!

Nga: Xin lỗi anh, ngày mai em có bài kiểm tra.

Cường: Chúc em thi tốt! Vậy cuối tuần em có thời gian không?

Nga: Cuối tuần em có hẹn với người yêu rồi.

Cường: Em có người yêu rồi á? Vậy chúc em hạnh phúc nhé.

中譯

阿強：今天晚上你有空嗎？陪我去吃晚餐吧？

阿娥：對不起，我明天要考試。

阿強：祝妳考試順利！那週末有空嗎？

阿娥：週末我要和男朋友約會。

阿強：妳有男朋友了？那祝妳幸福喔。

 重點單字

越南語	中文
rảnh	空閒
cùng	一起

越南語	中文
kiểm tra	考試
hẹn	約

回應

短句補給　▶ MP3-48

越南語	中文
Chúc mừng năm mới!	恭賀新年！
Cung hỷ phát tài!	恭喜發財！
An khang thịnh vượng!	安康旺盛！
Làm ăn hồng phát!	生意興隆！
Đại cát đại lợi!	大吉大利！
Chúc mừng em nhé!	恭喜你喔！
Chúc anh hạnh phúc!	祝你幸福！
Chúc đại gia đình anh bình an!	祝你闔家平安！
Chúc anh an khang, hạnh phúc!	祝你幸福安康！
Chúc em thi tốt!	祝你考試考得好！
Chúc anh sức khỏe dồi dào!	祝你身體健康！
Chúc bạn sinh nhật vui vẻ, mạnh khỏe và hạnh phúc!	祝你生日快樂、健康、幸福！
Chúc bạn thêm tuổi mới thêm niềm vui mới!	祝你心想事成！（祝你多一歲有更多好事！）
Chúc hai bạn trăm năm hạnh phúc!	祝你們百年幸福！
Chúc em luôn **trẻ trung** xinh đẹp!	祝你永保青春！（祝你永遠**年輕**漂亮）
Chúc **ước mơ** của em sẽ thành sự thật!	祝你美**夢**成真！

 字庫　▶ MP3-49

越南語	中文	越南語	中文
thi	考試	công việc	工作
xin việc	求職	sự nghiệp	事業
phỏng vấn	面談	vạn sự/mọi việc	萬事
chuyện tình cảm	感情	cuộc hẹn	約會

回應

1. 你真是個有趣的人！

   ....

2. 對不起，請原諒我。

   ....

3. 加油！祝你一切順利！

   ....

4. 你的太太非常有氣質。

   ....

　　越南美食對台灣人而言並不陌生，與中式／台式菜色相比，口味較清淡、偏酸辣，也擅長使用許多菜葉與香料，是經常吃也不會覺得膩的美食。

　　本章將模擬越南餐廳用餐情境，各位讀者只需要將字庫裡的字套用進去，即可面對大部分的用餐情況。

越南人的吃飯禮節

越南也使用筷子、湯匙等亞洲文化常見的餐具，禮節也大致與華人相同，然而越南北部和南部的禮節及社交習慣仍稍有差異。

一般來說，北部人重禮數，吃飯時會等全部的人到齊後，由晚輩開始，先向最長者問候起，最後由長者宣布開飯。朋友間平時的互動也較客氣、較客套，常會有禮貌性的邀約或禮貌性的拒絕，例如 A 會禮貌邀約來家裡吃飯，B 會客氣婉拒，一番來回後，B 才會到 A 家吃點東西。相較於北部人，南部人就比較豪爽，會直接表達自己想法。

儘管如此，各位讀者到越南也不用太擔心是否遵守了禮數，畢竟是外國人，只要抱著尊重之心，有些習慣跟當地人不一樣，對方是會理解的。

若是在餐廳點餐，越南人則比較少叫「服務生」或「小姐」這個詞，通常會看對方的年齡和性別來叫，例如服務生大概是妹妹的年齡那就叫「em ơi」，姊姊的年齡就叫「chị ơi」，哥哥的年齡就叫「anh ơi」。

句型公式 ▶ MP3-50

> Cho tôi（或其他人稱代名詞）＿＿＿＿ 給我 ＿＿＿＿

例如：

Cho tôi một cốc cà phê trứng. 給我一杯雞蛋咖啡。

Cho em một ly cà phê đen đá. 給我一杯冰的黑咖啡。

在餐廳點餐

Phục vụ: Chào anh chị ạ! Anh chị đi mấy người ạ?

Khách A: Hai người. Có cần đợi không?

Phục vụ: Dạ, không cần ạ.

Khách A: Em ơi, cho chị mượn menu.

Phục vụ: Dạ, anh chị muốn ăn gì ạ?

Khách A: Đây là món gì thế?

Phục vụ: Phở gà ạ.

Khách A: Ở đây có món gì ngon không?

Phục vụ: Phở bò của quán em nhiều người gọi lắm ạ.

Khách A: Vậy cho chị một bát phở bò, một suất nem rán, một cốc cà phê đá.
Anh muốn ăn gì?

Khách B: Cho anh một bát bún riêu cua. Cảm ơn em!

Phục vụ: Dạ, anh chị đợi chút nha.

中譯

服務生：哥姊好！你們有幾個人？

客人 A：兩位！要等嗎？

服務生：不用！

客人 A：妹妹！給（借）我菜單。

服務生：請問你們想要點什麼？

客人 A：這是什麼菜？

服務生：雞肉河粉。

客人 A：這裡有什麼好吃的嗎？

服務生：我們的牛肉河粉很多人叫（點）。

美食

客人 A：那給我一碗牛肉河粉，一份炸春捲，一杯冰黑咖啡。你要吃什麼？

客人 B：給我一份蟹肉米線，謝謝。

服務生：好，請稍等喔！

 重點單字

越南語	中文	越南語	中文
mượn	借	đá	冰
món	菜	cà phê	咖啡
ngon	好吃（好喝）	bún riêu cua	蟹肉河粉
gọi	叫（點）	đợi	等待
bát	碗	nhiều	許多
nem rán	炸春捲		

越南語	中文
Đừng cho_____. (Đừng cho mì chính.)	不要加 ___ （不要加味精。）
Đừng cho **mặn** quá!	不要太**鹹**！
Dọn bàn giúp tôi.	請幫我**清理桌子**。
Tôi muốn **gọi món**.	我想**點菜**！
Có thể giới thiệu món ăn **đặc sắc** của nhà hàng không?	可以介紹你們的**特色**餐點嗎？
Cho tôi xin ít **nước chấm**.	給我一點**沾醬**。
Cho chị xin ít ớt và **nước mắm**.	給我一點辣椒跟**魚露**。
Xin hỏi, **nhà vệ sinh** ở đâu?	請問**廁所**在哪裡？
Tôi muốn **đổi** sang bàn khác.	我想**換**位子！
Ngon không?	好吃（好喝）嗎？
Trăm phần trăm	乾杯！（**百分百**）
Uống **tùy ý**	**隨意**（喝酒時）
Mời mọi người dùng bữa.	**請**大家用餐。
Ăn no chưa?	吃飽了嗎？
Tôi mời! (Tôi **chiêu đãi**)	我請客！（我**招待**）

美食

字庫 ▶ MP3-53

1. 味道與口感

越南語	中文
chua	酸
ngọt	甜
đắng	苦
cay	辣
mặn	鹹
nhạt	淡
đậm đà	濃
chát	澀

越南語	中文
khô	乾
ướt	濕
giòn	脆
mềm	嫩、軟
cháy	焦
cứng	硬

2. 餐具

越南語	中文
(đôi) đũa	（雙）筷子
thìa	湯匙
muôi/muỗng	湯勺
bát/tô	碗
đĩa	盤
ly	高腳杯

越南語	中文
cốc/ly	杯子
dao	刀子
dĩa	叉子
tăm	牙籤
giấy ăn	衛生紙
giấy ướt/khăn ướt	濕紙／濕巾

3. 料理方式

越南語	中文
rán/chiên	煎
nấu	煮
xào	炒
chiên ngập dầu	炸

越南語	中文
nướng	烤
hấp	蒸
chần	涮
hầm	燉

4. 肉類

越南語	中文
thịt bò	牛肉
thịt dê	羊肉
thịt lợn/thịt heo	豬肉
thịt gà	雞肉

越南語	中文
hải sản	海鮮
cá	魚
tôm	蝦子
cua	螃蟹

5. 菜類

越南語	中文
rau muống	空心菜
bắp cải	高麗菜
rau sống/rau thơm	生菜
súp lơ	花椰菜

越南語	中文
mồng tơi	皇宮菜
xà lách	大陸妹
đậu phụ	豆腐
món chay	素食

美食

6. 餐點

越南語	中文
cơm rang/cơm chiên	炒飯
mì xào	炒麵
lẩu	火鍋
canh	湯
trứng vịt lộn	鴨仔蛋
bánh mì pate	越式三明治

越南語	中文
bánh chưng	越式粽子
xôi	飯糰
phở	河粉
khoai tây chiên	薯條
hăm-bơ-gơ	漢堡
gà rán	炸雞

7. 飲料

越南語	中文
cà phê	咖啡
nước	水
trà sữa	奶茶
bia (bia 333, bia Hà Nội, bia Sài Gòn...)	啤酒（333 啤酒、河內啤酒、西貢啤酒……）
nước trái cây	果汁

越南語	中文
sinh tố	冰沙
sữa chua	酸奶
nước mía	甘蔗汁
cô-ca cô-la/cô-ca	可樂
nước tăng lực	運動飲料

8. 地方特色料理

北部：北部人喜歡吃比較清淡而帶一點酸的口感，口味很精緻、味道較中和。

越南語	中文	越南語	中文
bún chả	烤肉米線	nem rán	炸春捲
bún đậu mắm tôm	豆腐蝦醬米線	bánh cuốn	粉捲
bún thang	什錦絲湯粉	bánh giò	蒸米粽粉
bún riêu cua	蟹肉米線	bánh tôm	蝦餅
bún ốc	螺肉米線	bánh đúc nóng	越式熱碗糕
phở cuốn	河粉捲		

中部：中部人的口味偏鹹及辣，重口味，主要是因為地理位置以及氣候的影響。除了路邊美食之外，因為中部順化長期以來是越南皇宮的所在地，所以宮廷料理也很著名。宮廷料理是以前專門侍奉皇帝的，不僅講究禮儀，擺盤與雕工也非常精緻，如今成為當地旅遊一大特色。

越南語	中文	越南語	中文
cơm hến	炒蜆飯	bánh canh hẹ	韭菜米苔目湯
Cao lầu	高樓麵	bánh tráng cuốn thịt heo	豬肉春捲
bún bò Huế	順化米線	bánh bèo	浮萍粿
mì Quảng	廣南麵	bánh nậm	蝦粿
cơm gà	雞肉飯	bánh tráng nướng	烤米紙

美食

南部：南部是一個開放的地方，吸取許多外來美食的精華，例如：華人、高棉人、或鄰近國家的飲食文化。南部人的口味比較偏甜、油和辣。

越南語	中文
hủ tiếu	粿條
chả giò	炸春捲
cơm tấm	碎米飯
lẩu mắm	魚醬火鍋
bánh tráng trộn	涼拌米紙
bánh xèo （xèo 是麵粉入油鍋時的狀聲字）	越南煎餅
xôi mặn	鹹糯米飯
bột chiên	粉煎
Phá lấu	拍滷（滷內臟）
bánh khọt （khọt 是煎餅時敲到鐵板的狀聲字）	煎喀餅

翻譯練習

1. 請給我一碗順化米線，不要太鹹。

2. 我要一杯冰黑咖啡。

3. A：你想吃什麼？

   B：我想吃什錦絲湯粉跟粉捲。

4. 牛肉河粉很好吃，我想吃兩碗！

5. 妹妹，給我一雙筷子。

美
食

MEMO

11 購物

　　越南的消費水平日漸上升，尤其河內、峴港、胡志明市等主要城市的觀光區，或是百貨公司、超市，買東西跟台灣的價格已相去不遠，但路邊攤或傳統市場還是可以享受一下殺價的樂趣。

　　本章要讓大家學會如何用越南語買東西、詢問商品及殺價，並列舉一些越南必買商品，祝各位購物（殺價）愉快～！

越南人做生意

　　越南有「開市」的概念，也就是每天的第一筆生意暗示著整天的運氣。若第一筆交易就被問東問西、亂砍價錢，甚至最後還沒有要買，店家會感到觸霉頭。所以若您是店家營業後第一位上門的客戶，就算不買也不要帶給店家太多麻煩喔！

句型公式 1　　▶ MP3-54

> 問：Cái này là cái gì?　這個是什麼？
> 答：Cái này là ＋名詞　這個是⋯⋯

例如：

A: Cái này là cái gì?　這個是什麼？

B: Cái này là cái bàn.　這個是桌子。

也可以說：

> 問：Đây là cái gì?　這是什麼？
> 答：Đây là ＋名詞　這是⋯⋯

例如：

A: Đây là cái gì?　這是什麼？

B: Đây là cái bàn.　這是桌子。

> 問：mấy/bao nhiêu ＋名詞？ 幾個／多少……？
>
> 答：數字＋名詞

　　mấy/bao nhiêu 都是問數量，但 mấy 僅指 10 以內的小數量，而 bao nhiêu 則不限。

例如：

A: Ở đây có mấy người? 這裡有幾個人？

B: Ở đây có năm người. 這裡有五個人。

A: Cái áo này bao nhiêu tiền? 這件衣服多少錢？

B: Cái áo này ba trăm nghìn. 這件衣服三十萬。

購物

 ▶ MP3-55

殺價

Khách hàng: Em ơi, cái này bao nhiêu tiền?

Nhân viên: Một triệu ạ.

Khách hàng: Đắt quá! Rẻ chút được không?

Nhân viên: Em chẳng lời bao nhiêu đâu chị.

Khách hàng: Bớt thêm chút nữa đi!

Nhân viên: Không được đâu ạ.

Khách hàng: Năm trăm nhá. Chị hỏi quán đằng kia có năm trăm thôi.

Nhân viên: Thôi được rồi! Chị lấy mấy cái?

Khách hàng: Một cái thôi. Ở đây có thanh toán bằng thẻ được không em?

Nhân viên: Em chỉ nhận tiền mặt thôi ạ.

中譯

顧客：先生，這個多少錢？

店員：一百萬越盾。

顧客：太貴了，便宜點可以嗎？

店員：我沒賺什麼利潤啦！

顧客：再減少一點吧！

店員：不行啦！

顧客：五十萬吧，我問前面那家店才五十萬而已！

店員：那好吧，你要買幾個？

顧客：一個就好，這裡可以刷卡嗎？

店員：我只收現金而已！

 **重點單字**

越南語	中文
cái này	這個
bao nhiêu	多少
tiền	錢
đắt	昂貴
rẻ	便宜
bớt	減少
thêm	多

越南語	中文
không được	不行
quán	店家
đằng kia	那邊
lấy = mua	取／買
thanh toán bằng thẻ	刷卡（用卡結帳）
tiền mặt	現金

 短句補給　▶ MP3-56

越南語	中文
Cái này **bán** thế nào?	這個怎麼**賣**？
Cái này **giá** bao nhiêu?	這個**價格**如何？
Đắt quá!	太貴了！
Hơi đắt một chút!	有點貴！
Rẻ chút được không?	**便宜**一點可以嗎？
Mua một tặng một.	**買**一送一
Tôi **xem chút** thôi.	我**看一下**而已。
Tôi muốn **xem** cái áo kia.	我要**看**那件衣服。
Tôi muốn **mặc thử**.	我要**試穿**。
Có cỡ **to hơn** không?	有**更大**的嗎？
Có size **nhỏ hơn** không?	有**更小**的嗎？
Có **màu** khác không?	有別的**顏色**嗎？
Cái này còn không?	這還有嗎？
Tôi **xem** chút đã.	我先**考慮**一下。
Lấy cho chị cái **mới** đi.	幫我拿**新**的吧。
Tôi muốn **trả hàng**.	我要**退貨**。
Tôi muốn **hoàn tiền**.	我要**退款**。
Cho tôi **hóa đơn**.	給我**收據**。
Tôi **không lấy** nữa!	我**不要**了！

字庫 ▶ MP3-57

越南語	中文
mua sắm	購物
mua	買
bán	賣
áo	衣服
quần	褲子
váy	裙子
áo ngực	內衣

越南語	中文
quần lót	內褲
cà vạt	領帶
tất	襪子
bánh	餅
kẹo	糖果
quà lưu niệm	紀念品

推薦消費項目

越南語	中文
tương ớt (CHIN-SU)	甜辣醬
nước mắm (Nam ngư, CHIN-SU)	魚露
cà phê (VINACAFE, Trung Nguyên, Highlands, ARCHCAFÉ…)	咖啡
hạt cà phê	咖啡豆
bột cà phê	咖啡粉
phin pha cà phê	咖啡壺

購物

越南語	中文
mì tôm/mì ăn liền (Hảo Hảo, Omachi, Mì Cung Đình…)	泡麵
phở ăn liền (Phở bò Đệ Nhất, Phở Gấu đỏ…)	河粉泡麵
kẹo dừa	椰子糖
bánh đậu xanh (Rồng vàng)	綠豆糕
bánh cốm	扁米餅
bánh đa nem/bánh tráng	春捲皮
bánh pía sầu riêng	榴槤餅
bánh dừa nướng	椰子烤餅
bim bim (OISHI, SWING)	零食
trái cây sấy (VINAMIT, SABAVA)	水果乾
ô mai (Ô mai Hồng Lam, Ô mai Vạn Lợi, Ô mai Tiến Thịnh…)	蜜餞類
hạt điều	腰果
hạt sen khô	蓮子乾
trà sen	蓮花茶
sô-cô-la (MAROU, Socola Alluvia…)	巧克力

越南語	中文
giỏ mây tre đan	竹編包
đồ da	皮件
áo dài	奧黛
vải lụa	絲綢布
nón lá	斗笠
nước hoa (Miss Saigon)	香水

購物

翻譯練習

1. 請問這個多少錢？

2. 我想買五包椰子糖。

3. 可以賣便宜一點嗎？

4. 這個是什麼？

5. 可以刷卡嗎？

越南的娛樂消費產業算是世界知名，很多人甚至
會專程前往，享受便宜又精緻的按摩、美容等服務。
本章學會之後，屆時就知道如何與服務人員溝通了！

娛樂消費注意事項

　　在外地做娛樂消費時，切記在接受服務之前溝通清楚消費項目，以免被妄自增加服務與收費，或是做了自己不需要的包套服務。以洗頭為例，很多店家都直接包含洗臉服務，若女生帶妝、不便洗臉，就要先講清楚。

句型公式　　▶ MP3-58

> Tôi（人稱代名詞）muốn... 我想⋯⋯

例如：

Tôi muốn **cắt tóc**. 我想**剪頭髮**。

Em muốn làm **móng tay**. 我想做**手指甲**。

Chị muốn mua một lọ **thuốc nhuộm tóc**. 我想買一瓶**染髮劑**。

範例對話 1　▶ MP3-59

老闆招待員工們唱歌喝酒

Sếp: Hôm nay mọi người uống và hát hò thoải mái nhé, tôi mời!

Nhân viên: Cảm ơn sếp!

Sếp: Em muốn chọn bài nào?

Nhân viên: Em tự chọn bài là được. Cảm ơn sếp! Anh muốn hát bài gì ạ?

Sếp: Em chọn giúp anh bài "Hãy trao cho anh" của Sơn Tùng đi.

Nhân viên: Ok sếp!

中譯

老闆：今天大家盡情唱歌喝酒，我請客！

員工：謝謝老闆！

老闆：你想點什麼歌？

員工：我自己選歌就好！謝謝老闆！你要唱什麼歌？

老闆：你幫我點山松的〈Hãy trao cho anh〉吧。＊

員工：好的！＊「山松」是越南知名男歌手，〈Hãy trao cho anh〉直譯是「請給我吧」

重點單字

越南語	中文	越南語	中文
mọi người	大家	mời	邀請／請客
ka-ra-ô-kê	卡拉 OK	sếp	老闆／主管
uống (rượu)	喝（酒）	chọn	選
và	和	tự	自己
hát hò/hát	唱歌	giúp	幫
thoải mái	盡情		

娛樂消費

 範例對話 2 ▶ MP3-60

顧客和理髮師溝通造型

Thợ cắt tóc: Em chào chị ạ! Hôm nay chị muốn làm gì ạ?

Khách hàng: Chị muốn cắt tỉa, sau đó nhuộm.

Thợ cắt tóc: Dạ, chị ngồi đi. Chị muốn cắt đến đâu ạ?

Khách hàng: Tỉa mỏng chút là được. Em bảo chị nhuộm màu gì được?

Thợ cắt tóc: Đợi em lấy bảng màu cho chị chọn nhé!

Khách hàng: Ok. Cảm ơn em.

中譯

理髮師：你好，今天妳要做什麼？

顧客：我要修剪，然後染髮。

理髮師：好的，妳坐吧。妳想剪到哪裡？

顧客：打薄就好了。你說我染什麼顏色好呢？

理髮師：等我拿色卡給妳挑喔！

顧客：好的，謝謝。

 重點單字

越南語	中文	越南語	中文
sau đó	然後	mỏng	薄
nhuộm	染	bảo	說（覺得）
ngồi	坐	màu	顏色
cắt	剪	lấy	拿
đến	來／到	bảng màu	色卡
tỉa	修		

顧客和美甲師溝通造型

Thợ làm móng: Chị muốn sơn móng màu gì ạ?

Khách hàng: Có những màu gì nhỉ?

Thợ làm móng: Em lấy bảng màu, chị chọn màu giúp em nhé.

Khách hàng: Màu này đi em.

Thợ làm móng: Em nghĩ màu này hợp với tay chị hơn. Màu chị chọn hơi chìm da ạ. Hay em sơn màu này cho chị được không, màu này rất nổi và trắng da ạ.

Khách hàng: Ok em. À, nếu chị muốn vẽ móng thì giá như nào nhỉ?

Thợ làm móng: Để em lấy mẫu cho chị chọn trước, rồi em báo giá nhé.

Khách hàng: Cảm ơn em.

中譯

美甲師：妳指甲想塗什麼顏色呢？

顧客：有哪些顏色？

美甲師：我拿色卡，妳幫我選顏色喔。

顧客：這個顏色吧。

美甲師：我覺得這個顏色比較適合妳的手。妳選那個顏色皮膚會顯得比較暗。還是我幫妳塗這個顏色可以嗎？這個顏色很亮，皮膚看起來會比較白。

顧客：好。欸，如果我想要指甲彩繪怎麼算？

美甲師：那我也去拿樣本給妳先看，然後再跟妳報價喔。

顧客：謝謝你。

 重點單字

越南語	中文
sơn	塗
móng	指甲
những	哪些
lấy	拿（取）
hợp	適合
hơi	稍微
da	皮膚

越南語	中文
chìm	暗沉
nổi	浮起（此處指顯亮）
trắng	白色
vẽ móng	指甲彩繪
mẫu	樣本
báo giá	報價

越南語	中文
Anh/chị muốn làm gì ạ?	你／妳想做什麼呢？
Anh/chị có muốn **gội đầu** không?	你／妳想要**洗頭**嗎？
Anh/chị muốn **cắt** thế nào?	你／妳想怎麼**剪**？
Tôi muốn cắt **tóc**.	我想剪**頭髮**。
Tôi muốn **tỉa** một chút.	我想**修**一下。
Tôi muốn **cắt ngắn**.	我想**剪短**一點。
Tôi muốn cắt đến ngang **vai**.	我想剪到**肩膀**。
Tôi muốn **uốn quăn**.	我想**燙捲**。
Tôi muốn **nhuộm** highlight.	我想挑**染**。
Tôi muốn nhuộm **màu xanh rêu**.	我想染**亞麻綠**。
Tôi muốn **ép thẳng**.	我想**燙直**。
Tôi muốn **cạo râu**.	我想**刮鬍子**。
Tôi muốn làm kiểu tóc này.	我想做這樣的髮型。
Mặt tôi có **hợp** với kiểu tóc này không?	我的臉**適合**這個髮型嗎？
Tôi không thích loại **dầu gội đầu** này.	我不喜歡這種**洗髮精**。
Đừng sấy **khô** quá!	不要吹得太**乾**。
Tôi muốn **sửa** móng chân.	我想**修**腳指甲。
Tôi muốn làm **móng chân**.	我想做**腳**指甲。
Tôi muốn làm **móng tay**.	我想做**手**指甲。

越南語	中文
Bạn muốn loại móng kiểu gì?	你想要哪一種指甲？
Bạn muốn móng vuông hay móng tròn?	你想做方形還是圓形？
Bạn có muốn cắt bớt móng không?	你想剪短指甲嗎？
Tôi muốn sơn đầu móng thôi.	我想塗指甲頭就好。
Tôi muốn sơn hết móng.	我想塗全指甲。
Tôi muốn **vẽ** hoa.	我想**畫**花。
Tôi muốn sơn gel.	我想做光療。

字庫　▶ MP3-63

1. 按摩

越南語	中文
mát-xa	按摩
mạnh tay chút	重一點
nhẹ tay chút	輕一點
cao lên chút	高一點
thấp xuống chút	低一點
buồn	會癢
đau	會痛
nhức	會痠
tốt lắm	很好

越南語	中文
không cần	不要
đầu	頭
vai	肩
cổ	頸
lưng	背
tay	手
đùi	腿
chân	腳

2. 美髮／美甲／美容

越南語	中文
ngắn một chút	短一點
cắt tỉa	修剪
để dài	留長
đầu đinh	平頭
tóc gợn sóng	波浪捲髮
chẻ ngôi lệch	側分

越南語	中文
tạp chí tóc	髮型雜誌
làm móng tay	手指甲
làm móng chân	腳指甲
móng hạnh nhân	杏仁形甲
móng vuông	正方形甲
móng tròn	圓形甲

娛樂消費

越南語	中文
tóc mái	瀏海
ép thẳng	燙直
uốn xoăn	燙捲
nhuộm tóc	染髮
gội đầu	洗頭
sấy tóc	吹頭髮
sấy tạo kiểu	吹造型
gel tạo kiểu	髮膠
dầu gội đầu	洗髮精
máy sấy tóc	吹風機
thuốc nhuộm tóc	染髮劑

越南語	中文
móng nhọn	尖銳甲
dán móng	貼甲片
sơn gel	光療
móng bột	水晶甲
tẩy sơn móng	卸指甲
a-xê-tôn	去光水
ngoáy tai	挖耳朵
làm mặt	做臉
thẩm mỹ	美容
tỉa lông mày	修眉
xăm mày	紋眉

3. 唱歌／喝酒

越南語	中文
đến lượt tôi	換我
đây là bài của tôi	這是我的歌
hát cùng nhau	一起唱
lần lượt hát	輪流唱
chọn bài	點歌

越南語	中文
ăn đồ	吃東西
chọn món	點餐
uống rượu	喝酒
đá	冰塊
trăm phần trăm/ cạn ly/1,2,3 zô	（乾杯）百分百／乾杯／123 Go（呼喊）

越南語	中文
hay	好聽
bật nhạc to lên	音樂大聲一點
hát to lên	唱大聲一點
nhỏ tiếng một chút	小聲一點

越南語	中文
thêm 1 ly	再來一杯
cuộc thi/trận đấu	比賽
tôi mời/tôi khao	我請客
tiền ai người nấy trả	均分付帳

4. 顏色

越南語	中文
đen	黑
trắng	白
vàng	黃
cam	橘
đỏ	紅
hồng	粉紅
tím	紫

越南語	中文
xanh da trời	藍
xanh lá cây	綠
nâu	棕
xám	灰
màu đậm	深色
màu nhạt	淺色

翻譯練習

1. 我想去唱卡拉 OK。

2. 我想洗頭跟吹造型。

3. 彩繪指甲多少錢？

4. 他唱歌很好聽。

5. 今天我請客。

13 飯店與租屋

　　不論是到越南短期旅遊還是長居生活，免不了會在飯店住宿，或是遇到租房的問題。本章提供一些請求對方協助的公式，讓讀者們學習如何用越南語向人禮貌地提出要求。

第一節：飯店

　　越南飯店業有小費文化，行情看飯店等級不同。一般說來都會給幫忙拿行李的服務生或打掃房間的員工一點小費（放枕頭上），普通飯店大約在10.000～20.000越盾之間，高級飯店大約50.000到100.000越盾，大家可參考參考。另外，較高級的飯店通常也會有一些特殊規定，例如：禁止吸菸、禁止食用會染色的水果等等，請讀者們多多留意。

句型公式 1　　▶ MP3-64

> Xin hãy giúp tôi... 請幫我……（客氣地要求）

例如：

Xin hãy giúp tôi đổi phòng khác. 請幫我換到別的房間。

Xin hãy giúp tôi giữ chìa khóa phòng. 請幫我保管房卡。

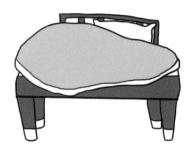

句型公式 2

> Vui lòng... 敬請……（客氣地要求／宣導）

例如：

Vui lòng để dép ở ngoài. 敬請把鞋放在外面。

Vui lòng không giẫm lên cỏ. 請勿踩踏草皮。

句型公式 3

> Làm ơn **cho** tôi... 麻煩**給**我……

例如：

Làm ơn cho tôi hỏi, bến xe buýt có gần đây không?

請問（麻煩給我問一下）公車站離這裡近嗎？

Làm ơn cho tôi hỏi, nhà vệ sinh ở đâu?

請問（麻煩給我問一下），廁所在那裡？

 範例對話 I ▶ MP3-65

在飯店登記入住

Lễ tân: Xin chào quý khách!

Hằng: Chào chị! Tôi muốn check-in.

Lễ tân: Chị có xác nhận đặt phòng không ạ?

Hằng: Đây ạ.

Lễ tân: Dạ. Chị Hằng, đặt phòng từ ngày 3 tháng 2 đến ngày 5 tháng 2.

Hằng: Dạ.

Lễ tân: Chị vui lòng cho em mượn hộ chiếu ạ.

Hằng: Đây ạ.

Lễ tân: Chị đợi em chút nhé.

Lễ tân: Đây là chìa khóa phòng của chị. Số phòng là 612. Bữa sáng được phục
vụ ở tầng 3, từ 6 giờ 30 tới 9 giờ 30 ạ.

Hằng: Cảm ơn chị. Chị làm ơn mang hành lý lên phòng giúp tôi được không?

Lễ tân: Vâng ạ.

中譯

櫃台：您好！

阿妲：你好！我想 check-in。

櫃台：您有訂房確認嗎？

阿妲：在這。

櫃台：好的。阿妲小姐，訂房時間從 2 月 3 號到 2 月 5 號。

阿妲：對。

櫃台：麻煩借我您的護照。

阿妲：在這。

櫃台：請您稍等一下。

櫃台：這是您的房卡，房間號碼是 612。早餐會在 3 樓，
　　　從 6 點半到 9 點半。

阿妲：謝謝你。麻煩你幫我把行李帶到房間可以嗎？

櫃台：好的。

 **重點單字**

越南語	中文	越南語	中文
quý khách	貴客	đợi	等
xác nhận	確認	chìa khóa	鑰匙
đặt phòng	訂房	phòng	房間
làm ơn	麻煩	bữa sáng	早餐
mượn	借	phục vụ	服務
hộ chiếu	護照	tầng/lầu	樓

 範例對話 2 ▶ MP3-66

退房

Hằng: Chào anh. Tôi muốn trả phòng.

Lễ tân: Dạ. Anh chị có dùng đồ trong mini bar không ạ?

Hằng: Tôi mở hai lon cô-ca.

Lễ tân: Anh chị muốn thanh toán bằng tiền mặt hay bằng thẻ ạ?

Hằng: Tôi thanh toán bằng thẻ.

Lễ tân: Dạ. Thủ tục check-out đã hoàn tất. Cảm ơn anh chị ạ.

Hằng: Cảm ơn anh.

中譯

阿姮：你好！我要退房。

櫃台：好，您們有用房間裡的付費吧檯嗎？

阿姮：有開兩罐可樂。

櫃台：您們想付現金還是刷卡？

阿姮：我刷卡。

櫃台：好的。退房手續已完成，謝謝您們。

阿姮：謝謝你。

 重點單字

越南語	中文	越南語	中文
trả phòng	退房	tiền mặt	現金
dùng	使用	thẻ/thẻ tín dụng	信用卡
đồ	東西	thủ tục	手續
mini bar	付費吧檯	hoàn tất	完成
thanh toán	結帳		

短句補給　▶ MP3-67

越南語	中文
Bạn có **bản đồ** thành phố không?	你有城市的**地圖**嗎？
Gần đây có **điểm du lịch** nào không?	這附近有什麼**旅遊景點**嗎？
Ăn sáng ở **tầng** mấy?	早餐在幾**樓**？
Bữa sáng được **phục vụ** lúc mấy giờ?	早餐幾點（開始）**服務**？
Wi-fi **khách sạn** là gì?	**飯店** wi-fi 是什麼？
Xin **dọn phòng** giúp tôi.	請幫我**打掃房間**。
Xin giúp tôi **đổi phòng** khác.	請幫我**換房間**。
Khi nào phải **trả phòng**?	什麼時候要**退房**？
Trả phòng **muộn nhất** vào lúc mấy giờ?	**最晚**幾點退房？
Tôi muốn ở thêm một ngày.	我想多停留一天。
Tôi muốn trả phòng.	我要退房。
Làm ơn gọi giúp tôi một chiếc tắc xi.	請幫我叫一台計程車。

字庫　▶ MP3-68

1. 飯店

越南語	中文
khách sạn	飯店（客棧）
khách sạn năm sao	五星級飯店
nhà nghỉ	賓館
khu nghỉ dưỡng/resort	渡假村
phòng đơn	單人房
phòng đôi	雙人房
lễ tân	櫃台
chìa khóa phòng	房卡（鑰匙）

2. 屋內空間及物品

越南語	中文	越南語	中文
phòng khách	客廳	kem đánh răng	牙膏
nhà tắm	浴室	bàn chải đánh răng	牙刷
phòng ngủ	臥房	dầu gội đầu	洗髮精
bếp	廚房	sữa tắm	沐浴乳
thang máy	電梯	khăn tắm	毛巾
máy sấy tóc	吹風機	tủ lạnh	冰箱
giấy vệ sinh	衛生紙		

第二節：租屋

　　基本上，越南政府有規定外國人不可與本國（越南）人在無婚姻前提下同房，例如：台灣人還沒跟越南人登記結婚時，若要住在越南人家，則必須要到當地區公所登記暫住，否則一旦被檢舉會有罰則。

句型公式　▶ MP3-69

> ... thế nào? ……怎麼？

例如：

Tiền phòng tính thế nào? 房租怎麼算？

Anh ấy là người thế nào? 他是怎樣的人？

Em thấy thế nào? 你覺得怎麼樣？

 範例對話 ▶ MP3-70

房東與房客

Hoa: Cho cháu hỏi giá phòng ở đây bao nhiêu một tháng, tiền điện nước tính thế nào ạ?

Chủ nhà: Giá thuê là 5 triệu một tháng; tiền điện sẽ là 3.000/1 số; tiền nước là 25.000/1 khối.

Hoa: Hình thức thanh toán thế nào ạ?

Chủ nhà: Tiền cọc một tháng và đóng vào ngày 5 hàng tháng. Ngoài tiền nhà, tiền điện nước thì có phí vệ sinh là 50.000 một tháng.

Hoa: An ninh ở đây có đảm bảo không ạ?

Chủ nhà: Khu vực này gần trạm công an nên cực kỳ an toàn.

中譯

阿花：請問這個房間一個月的價格、水電費怎麼算呢？

房東：租金是一個月 5 百萬；電費是 1 度 3,000，水費是 1 度 25,000。

阿花：付款方式是如何呢？

房東：訂金一個月，然後每個月 5 號繳錢。除了房租、水電費，還有清潔費是一個月 50,000。

阿花：這裡的治安有保障嗎？

房東：這個區域近公安局，所以非常安全。

重點單字

越南語	中文	越南語	中文
giá phòng	房（間）價	đóng	繳（費）
tiền điện	電費	hàng tháng	每個月
tiền nước	水費	ngoài	（另）外／除了
tính	計算	tiền nhà	租金
như thế nào?	怎麼樣？	tiền điện nước	水電費
thuê	租	phí vệ sinh	清潔費
số	度（電量單位 1000 瓦特）	an ninh	治安／安寧
khối	度（水量單位 1000 公升）	đảm bảo	保障／擔保
hình thức	方式／形式	khu vực	區域
thanh toán	付款／清算	cực kỳ	非常／極其
tiền cọc	訂金	an toàn	安全

▶ MP3-71

越南語	中文
Tôi muốn **thuê** một căn phòng.	我想**租**一間房間。
Tôi muốn thuê nhà.	我想租房子。
Nhà này bao nhiêu **mét vuông**?	這棟房子幾**平方米**？
Một tháng bao nhiêu tiền?	一個月多少錢？
Tiền đặt cọc là bao nhiêu?	**押金**是多少？
Tiền nhà có bao gồm **tiền điện nước** không?	租金有包含**水電費**嗎？
Giao thông ở đây có **thuận tiện** không?	這裡交通**方便**嗎？
Ở đây có gần chợ, bến xe buýt, trung tâm thương mại không?	這裡離市場、公車站、百貨公司近嗎？
Khu vực này có ồn không?	**這區域**會不會很吵鬧？
Nội quy phòng trọ là gì?	租房**規定**是什麼？

 **字庫** ▶ MP3-72

1. 租屋

越南語	中文
thuê nhà/thuê phòng	租房子
thuê mặt bằng	租店面
hợp đồng	合約

越南語	中文
vi phạm hợp đồng	違約
chủ nhà	房東
hàng xóm	鄰居

2. 屋況

越南語	中文
bẩn	髒
bị dột nước	漏水
bị mất nước	沒水

越南語	中文
bị mất điện	沒電
quá ồn ào	太吵
có ma	有鬼

1. 請借我一台吹風機。

2. 請幫我換一個房間，這間漏水了。

3. 麻煩給我一張城市地圖。

4. 我要退房。

5. 在哪裡用早餐？

14 戀愛

　　相信很多人開始學越南語的動機是因為愛情，這是很好的動機，也讓學習更有趣！本章分別模擬了追求時／熱戀時／吵架時的情境，各位讀者好好學習吧！

台越之間的戀愛文化差異

　　好客如越南人，可能會邀請你到家裡作客、吃飯，但這未必等於有曖昧之情。同樣的，相較於台灣人見父母的文化，幾乎等於結婚前的暖身，越南人到男女朋友家作客，就沒那麼令人緊張的氣氛。

　　當遇到心儀的對象，想和對方要聯絡方式，台灣流行用 LINE，越南主流通訊軟體則是 ZALO。談戀愛時，越南男生通常比台灣人熱情、浪漫也大方，出去約會吃飯通常是男方買單，但現在新世代年輕男女也未必承襲這種觀念了。

句型公式 1　　▶ MP3-73

> A yêu B　我愛你

例如：

Anh yêu em.　我愛你（男對女）。

Em yêu anh.　我愛你（女對男）。

Con yêu mẹ.　我愛你（孩子對媽媽）。

Tôi yêu Việt Nam.　我愛越南。

> Có ＋（動詞／名詞／形容詞）＋ không? 有……嗎？

> Có ＋（名詞）＋ không?

例如：

Anh có nhà không? 你有房子嗎？

Anh có xe không? 你有車子嗎？

> Có ＋（動詞）＋ không?

例如：

Anh có nhớ em không? 你有想我嗎？

Anh có thích xem phim không? 你喜歡看電影嗎？

> Có ＋（形容詞）＋ không?

例如：

Chiếc túi này có đẹp không? 這個包包（有）好看嗎？

Em có xinh không? 我（有）漂亮嗎？

 ▶ MP3-74

曖昧期男女

Tuấn: Em thấy bộ phim hôm nay có hay không?

Phương: Rất hay ạ! Cảm ơn anh đã đưa em đi xem phim.

Tuấn: Anh biết có một nhà hàng Pháp rất ngon ở Quận 1, thứ Sáu hoặc thứ Bảy em có rảnh không? Anh mời em đi ăn nhé!

Phương: Em chưa chắc…Để em xem lại thời gian nhé.

Tuấn: Không vội! Hai hôm đó anh đều có thời gian, anh cũng có thể đưa em đi những nơi mà em thích.

Phương: Cảm ơn anh.

Tuấn: Ừ. Anh chờ điện thoại của em.

中譯

阿俊：妳覺得今天的電影好看嗎？

阿芳：嗯，很棒！謝謝你帶我來看電影。

阿俊：我知道第一郡有一家法國餐廳很好吃，妳週五或週六有空嗎？我想請妳一起去。

阿芳：我還不確定……讓我看一下時間。

阿俊：不用急，我那兩天有時間，我也可以帶妳去妳喜歡的地方。

阿芳：謝謝你！

阿俊：好，等妳的來電！

重點單字

越南語	中文
phim chiếu rạp	電影
hay	好看／好聽（指電視電影、音樂表演等，非指長相）
đưa	帶
xem	看
biết	知道
nhà hàng Pháp	法國餐廳
hoặc	或
có rảnh không?	有空嗎？
chưa	還沒／尚未
chắc	確定
thời gian	時間
vội	急躁
cũng	也
có thể	可以
nơi	地方
đợi	等

 範例對話 2 ▶ MP3-75

熱戀期男女

Tuấn: Vợ ơi, anh nhớ em quá!

Phương: Em cũng thế! Làm sao bây giờ? Em cảm thấy em không thể rời xa anh!

Tuấn: Baby à, anh sắp tan làm rồi. Lát nữa anh sẽ về với em.

Phương: Trời mưa, anh đi đường cẩn thận nhé.

Tuấn: Anh biết rồi!

中譯

阿俊：老婆，我很想妳！

阿芳：我也是。現在怎麼辦？我覺得我無法離開你！

阿俊：寶貝，我快下班了，待會就去陪妳。

阿芳：下雨天，你路上小心喔！

阿俊：我知道了！

 重點單字

越南語	中文	越南語	中文
vợ/chồng	老婆／老公	lát nữa	待會
làm sao?	怎麼辦？	trời	天
không thể	無法／不可能	mưa	下雨
rời xa	離開	cẩn thận	小心

 **範例對話 3** ▶ MP3-76

男女朋友吵架

Phương: Tại sao anh không nghe máy của em?

Tuấn: Anh xin lỗi, anh không biết em gọi.

Phương: Anh đi nhậu với bạn đúng không?

Tuấn: Đâu có!

Phương: Anh còn cãi? Chúng ta chia tay đi!

Tuấn: Đợi em bình tĩnh lại rồi nói tiếp.

中譯

阿芳：為什麼你不接我電話？

阿俊：對不起，我不知道妳打來。

阿芳：你是跟朋友去喝酒吧？！

阿俊：我沒有！

阿芳：你還反駁？！我們分手吧！

阿俊：等妳冷靜點再說吧！

 **重點單字**

越南語	中文	越南語	中文
nghe máy	接聽電話（聽機）	chia tay	分手
nhậu	喝（酒）	bình tĩnh	冷靜
cãi	反駁	tiếp/tiếp tục	繼續

 ▶ MP3-77

1. 追求時

越南語	中文
Anh thích em.	我喜歡你。
Em có **bạn trai** chưa?	你有**男朋友**了嗎？
Anh có **bạn gái** chưa?	你有**女朋友**了嗎？
Em có **đồng ý** làm bạn gái của anh không?	你**願意**當我的女朋友嗎？
Anh có **đồng ý** làm bạn trai của em không?	你**願意**當我的男朋友嗎？
Chúng mình **đến với nhau** được không?	我們**在一起**可以嗎？
Chúng mình **yêu nhau** đi!	我們**交往**吧！
Anh muốn **làm quen** với em.	我想**認識**你。
Anh rất **quan tâm** em.	我很**關心**你。
Khi nào em rảnh?	你何時有空？
Giữ liên lạc nhé!	保持聯絡！
Ngày mai chúng ta **gặp nhau** ở đâu?	我們明天在哪裡**見面**？
Em xinh quá!	你很美！
Anh có thể nắm tay em được không?	我可以牽你的手嗎？
Anh có thể **hôn** em được không?	我可以**親**你嗎？
Đột ngột quá!	太突然了！
Anh ấy không phải là **gu** của mình.	他不是我的**菜**。
Chúng mình còn đang trong quá trình **tìm hiểu** nhau.	我們還在**了解**彼此的過程當中。
Em không thích mối quan hệ **mập mờ**.	我不喜歡曖昧（**不清楚**）的關係。

2. 熱戀時

越南語	中文
Anh yêu em từ cái nhìn đầu tiên.	我對你一見鍾情。
Trong đầu anh chứa toàn hình bóng em.	我滿腦子都是你。
Được bên em thật là hạnh phúc.	跟你在一起很幸福。
Em có yêu anh không?	你愛我嗎？
Chúng mình về một nhà nhé!	我們組成一個家庭吧！（我們結婚吧）
Làm vợ anh nhé!	嫁給我吧！

3. 吵架時

越南語	中文
Những lời em nói làm anh bị **tổn thương**.	你說的話讓我很**傷心**。
Em làm cho anh cảm thấy rất **áp lực**.	你讓我**壓力**很大！
Tại sao anh lại **đối xử** với em như thế?	你怎麼可以這樣**對待**我？
Em bình tĩnh một chút!	你冷靜點！
Em hãy nghe anh nói.	你聽我說。
Chúng ta cần **nói rõ** mọi chuyện.	我們得好好談談。 （我們需要**說清楚**每件事情。）

 字庫 ▶ MP3-78

1. 追求時

越南語	中文
thích	喜歡
nhớ	想念
đáng yêu/dễ thương	可愛
đẹp trai	帥
sexy/gợi cảm	性感

越南語	中文
ngại	害羞
bạn trai	男朋友
bạn gái	女朋友
chăm sóc	照顧

2. 熱戀時

越南語	中文
nắm tay	牽手
ôm	擁抱
hôn	親吻
nụ hôn ngọt ngào	甜蜜接吻
anh yêu/em yêu	親愛的

越南語	中文
chồng/ông xã	老公
vợ/bà xã	老婆
ghen	吃醋
ở bên nhau	在一起

3. 吵架時

越南語	中文
tiểu tam	小三
tức giận/giận	生氣
buồn	難過
thất vọng	失望
tin tưởng	信任
lừa dối	欺騙

越南語	中文
cãi nhau	吵架
đánh ghen	抓姦
giải thích	解釋
ly hôn	離婚
ly thân	分居

翻譯練習

1. 我想約你去看電影。

_____

2. 妳有男朋友了嗎？

_____

3. 我每天都很想你！

_____

4. 請聽我解釋。

_____

5. 我想要每天都跟你在一起。

_____

15 工作

越南正起飛，台灣人學習越南語的需求也越來越大，本章將教大家一些在職場上常用的詞彙和短句，並鼓勵各位有夢想的人趕緊把握機會，前進越南！

台灣人在越南從事的產業類別

過去幾十年，台灣人在越南工作，幾乎都是從事紡織與製鞋等傳統產業，因為當初越南的土地與人工便宜，有成本優勢。近年來，越南的土地與人力成本已提升許多，台灣人到越南工作的型態則越來越多元，除了有傳統產業與科技業的台幹，也有創業者，包含餐飲服務業、旅遊業、網路科技業、法律財會業、廣告行銷業、新創加速器（Startup Accelerator）……等，尤其在台灣新南向的政策下，也有許多台灣品牌接受政府資源協助落地越南。

句型公式 1　▶ MP3-79

> Anh có thể giúp tôi＿＿＿ không? 你可以幫我 ＿＿＿ 嗎？

例如：

Anh có thể giúp tôi pha một cốc cà phê không?

你可以幫我泡一杯咖啡嗎？

也可以說：

> Chị giúp tôi＿＿＿ được không? 你幫我 ＿＿＿ 可以嗎？

例如：

Chị giúp tôi dọn dẹp bàn làm việc được không?

你幫我整理辦公桌可以嗎？

đã___chưa? 已經 ____ 了嗎？

例如：

A: Em đã ăn cơm chưa? 你已經吃飯了嗎？

B: Em ăn rồi. 我吃了。

Em chưa ăn. 我還沒吃。

Em đang ăn. 我正在吃。

工作

▶ MP3-80

與客戶見面

Long: Xin chào! Rất vui được gặp cô!

Trang: Xin chào! Cảm ơn anh đã tới!

Long: Xin tự giới thiệu, tôi là Long. Tôi là Giám đốc Công ty Đại Phát. Đây là danh thiếp của tôi.

Trang: Vâng. Tôi là Trang. Tôi là Quản lý của Phòng kinh doanh Công ty Bình An. Xin gửi anh danh thiếp của tôi.

Long: Như email có viết, lần này sang Việt Nam tôi muốn thảo luận vài vấn đề liên quan tới việc ký kết hợp đồng giữa hai công ty.

Trang: Vâng. Phía công ty tôi đã chuẩn bị một số hồ sơ liên quan, mời anh xem.

Long: Cảm ơn cô. Tôi sẽ xem kỹ hợp đồng này, nếu có thắc mắc gì tôi sẽ phản hồi lại ngay.

Trang: Dạ.

Long: À, đây là bánh dứa, đặc sản của Đài Loan. Hộp này tặng cô ạ. Còn hộp này cô có thể giúp tôi gửi tặng tới sếp của cô không?

Trang: Ôi! Cảm ơn anh nhiều ạ!

中譯

龍：您好！很開心見到您！

莊：您好！謝謝您來！

龍：讓我自我介紹一下，我是阿龍。我是大發公司的經理。這是我的名片。

莊：是。我是阿莊。我是平安公司的行銷處長。給您我的名片。

龍：如 email 寫的，這次我來越南是想要討論一些關於兩公司簽署合約的事情。

莊：是。我們公司準備了一些相關的文件，請您過目。

龍：謝謝您。我會仔細看這份合約，若有問題馬上跟您反應。

莊：好的。

龍：啊，這是鳳梨酥，是台灣的名產。這盒送給您。那這盒可以請您幫我送給您的老闆嗎？

莊：哇！感謝您！

*正式場合時，基於禮貌會使用cô/chị/bà稱呼女性，用anh/ông稱呼男性。

 重點單字

越南語	中文
gặp	見面
giới thiệu	介紹
Giám đốc	經理
Quản lý	管理者
Phòng kinh doanh	行銷處
thảo luận	討論
vài	一些
vấn đề	問題
liên quan	關於

越南語	中文
ký kết	簽署
hợp đồng	合約
chuẩn bị	準備
hồ sơ	資料
kỹ	仔細
thắc mắc	問題／疑問
phản hồi	反應
ngay	馬上

工作

 範例對話 2　▶ MP3-81

在工廠的工人請假

Công nhân: Quản đốc, hôm nay cho tôi xin về sớm một tiếng được không ạ?

Quản đốc: Có chuyện gì vậy?

Công nhân: Dạ, hôm nay tôi thấy trong người không khỏe. Từ sáng tới giờ hoa mắt, chóng mặt quá.

Quản đốc: Chị đã ăn uống gì chưa?

Công nhân: Có. Tôi ăn rồi.

Quản đốc: Thôi được rồi, hôm nay cho chị về sớm. Mai đến đưa tôi giấy phép cũng được.

Công nhân: Cảm ơn anh.

中譯

工人：廠長，今天請讓我提早一小時下班可以嗎？

廠長：有什麼事呢？

工人：今天我感覺身體不舒服。從早上到現在一直眼花、頭暈。

廠長：你有吃東西嗎？

工人：有，我吃了。

廠長：好吧。今天讓你早點回去。明天來再給我請假單也行。

工人：謝謝廠長。

 **重點單字**

越南語	中文
xin	請（請求）
sớm	早
được không?	可以嗎？
chuyện	事情

越南語	中文
hoa mắt	眼花
chóng mặt	頭暈
giấy phép	請假單

 短句補給　▶ MP3-82

越南語	中文
Xin lỗi, hiện tôi đang rất **bận**.	抱歉，現在我很**忙**。
Tiến độ đến đâu rồi?	**進度**到哪了？
Đừng bỏ cuộc!	不要放棄！
Đừng nhiều chuyện!	不要多事！
Chị nên quan tâm **khách hàng** của mình nhiều hơn!	你應該多關心你的**客戶**！
Dạo này toàn phải **tăng ca**.	最近都要**加班**。
Dạo này **đơn hàng** nhiều quá, mọi người vất vả tăng ca rồi.	最近**訂單**很多，大家加班辛苦了。
Anh giúp tôi một lát có được không?	你可以幫我一下嗎？
Cô phô-tô **bản tài liệu** này cho tôi được không?	你可以幫我影印這**份資料**嗎？
Mấy giờ **cuộc họp** bắt đầu?	**會議**幾點開始？
Mấy giờ cuộc họp kết thúc?	會議幾點結束？
Tôi xin phép được **bắt đầu** cuộc họp ngày hôm nay.	請讓我**開始**今天的會議。
Mời mọi người **trật tự**.	請大家**安靜**。
Mời thư ký đọc lại **bản ghi chép** cuộc họp lần trước được không?	請祕書再唸一下上次的會議**紀錄**可以嗎？
Ai **đồng ý** xin mời giơ tay.	**同意**的人請舉手。
Tài liệu đã **chuẩn bị** xong hết chưa?	資料都**準備**好了嗎？

越南語	中文
Tôi có thể xem **báo cáo** được không?	我可以看**報告**嗎？
Bản báo cáo **làm xong** thì gửi mail cho tôi.	報告**做完**再寄到我信箱。
Ngày mai tôi có cuộc hẹn với **đối tác** rồi.	明天我跟**客戶**有約了。
Chúng ta có thể gặp nhau để **bàn bạc** về...không?	我們可以見面**談談**關於……嗎？
Cảm ơn anh đã **sắp xếp** cuộc hẹn này.	謝謝你**安排**這次的見面。
Đây là chút **đặc sản** của Đài Loan xin biếu anh chị.	這是一點台灣的**特產**送給你們。
Đây là **danh thiếp** của tôi.	這是我的**名片**。
Trước tiên, tôi xin phép giới thiệu một chút về bản thân.	**首先**請讓我自我介紹一下。
Chúng tôi là công ty **xuất nhập khẩu**.	我們是**進出口**公司。
Chúng tôi có nhiều **cửa hàng bán lẻ** trên khắp Đài Loan.	在台灣我們有很多**經銷據點**。
Tôi hi vọng có thể **hợp tác** với anh chị.	我希望可以跟你們**合作**！
Chúng tôi đã **sẵn sàng** cho việc ký kết hợp đồng.	我們已經**準備好**簽署合約了。
Chúng ta bắt đầu **thảo luận** công việc được chứ?	我們可以開始**談**（**討論**）公事了嗎？
Ngày mai chúng tôi sẽ tới **tham quan** công ty anh.	明天我們會到您的公司**參觀**。

越南語	中文
Anh có thể cho tôi xem dây chuyền sản xuất được không?	您可以讓我看一下**生產線**嗎？
Cho phép tôi dẫn anh đi tham quan một vòng quanh **nhà máy**.	請讓我帶您去參觀**工廠**一圈。
Cảm ơn anh đã đồng ý hợp tác.	感謝您願意合作！
Chúc cho việc hợp tác của chúng ta **thành công**.	祝我們的合作**成功**！

 ▶ MP3-83

1. 工廠

越南語	中文	越南語	中文
nhà máy/công xưởng	工廠	băng chuyền	輸送帶
gọi xe	叫車	căng tin nhà máy	工廠食堂
xuất hàng	出貨	biện pháp an toàn	安全措施
nhập hàng	進貨	tai nạn lao động	勞動傷害
sản xuất	生產	an toàn lao động	勞動安全
kho	倉庫	bảo hiểm lao động	勞動保險
quản lý	管理	chú ý	注意
thiết bị	設備	cẩn thận	小心
kiểm kê	清點	chăm chỉ	認真
kiểm tra	檢測	bồi thường	賠償
hỏng hóc/sự cố	故障／事故		

2. 工廠人員及排班

越南語	中文
công nhân	工人
công nhân thời vụ	臨時工
nhân viên chấm công	出勤計時員
trợ lý	助理
quản đốc/giám đốc nhà máy	廠長
kỹ sư/lập trình viên	工程師
nhân viên quản lý chất lượng	品管員
kế toán	會計
ca ngày/ca đêm	日班／夜班
ca sớm	早班
ca giữa	中班
tăng ca/làm thêm giờ	加班
tiền lương	薪水
tăng lương	加薪
lương theo tháng	月工資
lương theo tuần	週工資
lương theo ngày	日工資
nghỉ ốm	病假
nghỉ thai sản/nghỉ đẻ	產假
sa thải	炒魷魚

3. 辦公室

越南語	中文	越南語	中文
văn phòng	辦公室	kiểm tra	檢查
phô-tô/in	影印	khảo sát thị trường	市場調查
scan	掃描	mục tiêu	目標
liên lạc	聯絡	họp	開會
kê hóa đơn	開發票	thuyết trình báo cáo	簡報（動詞）
đóng dấu	蓋章	bản báo cáo	簡報（名詞）
đối chiếu/hiệu đính	校對	báo cáo định kỳ	定期報告
thu dọn/thu xếp	整理	kế hoạch	計畫
dọn dẹp	清掃	bảng báo cáo	報表
sửa chữa	維修	tài liệu	資料／文件
mua hàng	採購	làm ăn/hợp tác	合作
theo dõi	追蹤	tham quan	參觀

4. 辦公室人員及部門

越南語	中文
xin việc	應徵
phỏng vấn	面試
thực tập	實習
việc làm thêm/ công việc bán thời gian	兼職
toàn thời gian	全職
thăng chức	升遷
sát hạch	考核
trưởng phòng	處長
cán bộ dự bị	儲備幹部
cố vấn	顧問
nhân viên	員工
đồng nghiệp	同事
khách hàng/đối tác	客戶
phòng hành chính	行政部門
phòng nhân sự	人資部門
phòng marketing	行銷部門
phòng nghiệp vụ	業務部門

 翻譯練習

1. 今天下午三點我跟客戶有約。

....

2. 妳可以幫我影印這疊資料嗎？

....

3. 請您在這份合約上簽名和蓋章，謝謝。

....

4. 我是實習員工。

....

在越南遇到緊急狀況該怎麼辦？本章教您在傷病、迷路、搶騙、一般溝通障礙等狀況時派得上用場的單字與短句，讓您知道如何用簡單的越南語求助。

保險與求助管道

　　越南醫療費用高，若您到越南旅遊，建議先在台灣購買旅遊平安險。由於台灣的保險服務算是非常健全，長期住在越南的台灣人若需要保險理賠，可透過台灣保險公司申請。人在越南的工作者也可選擇申請參加當地醫療保險（一般會由公司向政府部門申請），但是請先詳細了解理賠限制，並非所有醫院與項目都有配合。

在越南撥打緊急電話

112	緊急救護（地震、颱風、天災遇難……等，尋找落難者）
113	公安（搶劫、家暴、出車禍、打架……）
114	消防隊（火災、水災……）
115	救護車
1088	法律諮詢

句型公式　　▶ MP3-84

> bị... 被（遭受）……

　　這個動詞通常是用在不利的情況，用來表達不希望發生某件事情。

例如：

Tôi bị đau bụng. 我（被）肚子痛。

Tôi bị lừa. 我被騙。

聚餐時不適

Vũ: Em bị sao thế? Trông em không được khỏe.

Mai: Em bị dị ứng hải sản.

Vũ: Em bị dị ứng sao còn ăn?

Mai: Em cứ tưởng ăn một ít không sao. Ngồi ăn chung với mọi người em rất vui.

Vũ: Bây giờ em thấy trong người thế nào?

Mai: Da nổi mần đỏ, ngứa, lại hơi đau đầu và buồn nôn.

Vũ: Ngốc quá! Em thật không biết chăm sóc bản thân. Để anh đưa em đi khám nhé!

Mai: Không sao đâu. Bạn trai em đang đến đón em rồi. Cảm ơn anh!

Vũ: Vậy thì…Chúc em mau khỏe lại!

中譯

宇：妳怎麼了？看起來不太舒服？

梅：我對海鮮過敏。

宇：會過敏為什麼還吃呢？

梅：我以為吃一點點沒關係，跟大家吃飯很開心。

宇：現在你覺得體內（狀況）怎樣？

梅：皮膚紅腫、發癢，還有點頭痛、想吐。

宇：傻瓜……妳真是不會照顧自己……我帶妳去看醫生吧！

梅：沒關係，我男朋友現在要來接我了，謝謝。

宇：那就……祝妳早日康復。

重點單字

越南語	中文
trông	看起來
hải sản	海鮮
dị ứng	過敏
tưởng	以為
không sao	沒關係
chung	一起
thấy	覺得

越南語	中文
trong người	體內
đau đầu	頭痛
buồn nôn	想吐
nổi mần đỏ	（起）紅腫
chăm sóc	照顧
đi khám	去看醫生

朋友訴苦

Phong: Lần trước tôi xui quá! Bị giật đồ ở Quận 1. Điện thoại, ví tiền, chìa khóa mất sạch.

Hoa: Vậy anh phải làm sao?

Phong: Hồi đó tiếng Việt của tôi còn kém, không biết cách kêu cứu. May là có người dân gần đó báo công an giúp tôi.

Hoa: Thế có tìm lại được đồ không?

Phong: Không.

Hoa: Lần sau anh phải cẩn thận hơn đấy!

Phong: Cảm ơn chị!

中譯

阿峰：我上次好倒楣！在第一郡時被搶，手機、錢包、鑰匙全掉了！

阿花：那你怎麼辦？

阿峰：那時我的越南語還很差啊，不知道求救的方式，幸好有附近的民眾幫我報警了。

阿花：那有找回東西嗎？

阿峰：沒有。

阿花：你下次要更小心喔！

阿峰：謝謝妳。

重點單字

越南語	中文	越南語	中文
xui	倒楣	biết	會／知道
bị giật đồ	被搶	kêu cứu	求救
mất	不見	may là	幸好
sạch	乾淨 （mất sạch 意指 「掉光了」）	người dân	人民／民眾
hồi đó	那時	báo (công an)	報（警）
cách	方式	tìm	找

 **MP3-87**

1. 病痛

越南語	中文
Bạn ổn chứ?	你還好嗎？
Trông bạn khá mệt mỏi.	你**看起來**很累。
Em thấy **không khỏe**.	我覺得**不舒服**。
Em mệt **sắp** ngất tới nơi rồi.	我累到**快**昏倒了。
Mình **đau** đầu quá!	我頭好**痛**！
Anh đau **khắp người**.	我**全身**痠痛。
Em bị đau bụng **kinh**.	我**月經**痛。
Anh bị **dị ứng** hải sản.	我對海鮮**過敏**。
Chị muốn đi khám **bác sĩ**.	我想去看**醫生**。
Giúp tôi gọi xe cấp cứu với.	請幫我叫救護車。
Tôi **đang** rất buồn nôn.	我**現在**很想吐。
Tôi bị ngã.	我跌到了。
Tôi bị tai nạn.	我出車禍了。
Tôi đau ở chỗ này.	我這裡痛。
Tôi bị **bệnh** gì?	我得了什麼**病**？
Tôi có phải **nằm viện** không?	我要**住院**嗎？
Một ngày uống thuốc **mấy lần**?	一天吃**幾次**藥？

求助

越南語	中文
Hãy uống thuốc này **trước** mỗi bữa ăn.	每餐**前**吃這個藥。
Hãy uống thuốc này **sau** mỗi bữa ăn.	每餐**後**吃這個藥。
Em đã **uống thuốc** gì chưa?	你吃藥了嗎？
Em thấy khỏe hơn chưa?	你好一點了嗎？
Em nên **nghỉ ngơi** nhiều hơn.	你應該多**休息**一點。
Anh thấy **đỡ hơn** rồi.	我覺得**好一點**了。

2. 偷竊搶劫、遺失、迷路

越南語	中文
Tôi bị mất cắp rồi!	我被偷了！
Tôi bị cướp đồ rồi! Tôi bị giật đồ rồi!	我被搶了！
Tôi bị **rơi** ví tiền rồi!	我**掉**錢包了！
Xin hãy giúp tôi!	**請幫**助我！
Xin hãy giúp tôi báo công an.	請幫我報警！
Tôi bị **lạc đường**.	我**迷路**了！
Cứu tôi với!	**救**我！
Tôi **phải làm sao** bây giờ?	我現在該**怎麼辦**？

 **字庫** (▶ MP3-88)

1. 病痛

越南語	中文	越南語	中文
ốm/bệnh	生病	viêm ruột thừa	盲腸炎
cúm	感冒	viêm bàng quang	膀胱炎
đến tháng/hành kinh/ngày đèn đỏ	月經來	sâu răng	蛀牙
tai nạn	出車禍	cận thị	近視
u lành	良性瘤	loạn thị	亂視
u ác	惡性瘤	ngộ độc thức ăn	食物中毒
ung thư	癌症	bỏng	燙傷
bệnh tim	心臟病	chấn thương	創傷
viêm phổi	肺炎		

2. 症狀與治療

越南語	中文	越南語	中文
đau họng	喉嚨痛	uống thuốc	吃藥
đau dạ dày	胃痛	khám	檢查
đau răng	牙痛	tiêm	打針
đau tim	心臟痛	truyền dịch	打點滴
đau mắt	眼睛痛	phẫu thuật	手術
đau lưng	背痛	mổ	開刀

越南語	中文
đau tay	手痛
sốt	發燒
bị ngứa	發癢
ho	咳嗽
nghẹt mũi	鼻塞
nhức mỏi	痠痛
huyết áp cao	高血壓
huyết áp thấp	低血壓
thiếu máu	貧血
bị thương ngoài da	外傷

越南語	中文
nằm viện	住院
xuất viện	出院
cách ly	隔離
nghỉ ngơi	休息
khỏe	健康（形容詞）
sức khỏe	健康（名詞）
mệt	累
bị nhiễm	確診（感染）
nghi nhiễm	疑似確診（感染）

3. 醫護相關用品

越南語	中文
thuốc cảm cúm	感冒藥
thuốc dị ứng	過敏藥
thuốc đau đầu	頭痛藥
thuốc giảm sốt	退燒藥
thuốc tiêu hóa	消化藥
thuốc dạ dày	腸胃藥
thuốc kháng sinh	抗生素
vitamin	維他命

越南語	中文
kem bôi vết thương hở	創傷外用藥膏
băng gâu	OK 繃
nhiệt kế	溫度計
cồn	酒精
tăm bông	棉花棒
khẩu trang	口罩
kim tiêm	針筒
giường bệnh	病床

4. 醫療人員與相關機構

越南語	中文
bác sĩ	醫生
y tá	護士
nhân viên y tế	醫療人員
bác sĩ dinh dưỡng	營養師
hiệu thuốc/nhà thuốc	藥局
bệnh viện	醫院
phòng khám	診所
công an	公安
đồn công an	公安局
cảnh sát	警察

5. 偷竊搶劫、遺失

越南語	中文	越南語	中文
bị mất đồ	東西不見	báo công an	報警
bị giật đồ/bị cướp	被搶	giấy tờ tùy thân	隨身證件
bị lấy trộm	被偷	nơi nhận đồ thất lạc	失物招領處
rơi	掉	cứu	救
ví tiền/bóp tiền	錢包		

翻譯練習

1. 我頭很痛，請問要吃什麼藥？

_____

2. 我被搶劫了，請問警察局怎麼走？

_____

3. 你說太快了，我聽不懂，請問你會講中文嗎？

_____

4. 我很想吐，需要休息一下。

_____

解答

翻譯解答

第一章

1. Chào anh! Anh đi đâu đấy?
2. Cháu chào ông ạ! Ông ăn cơm chưa ạ?
3. A: Anh khỏe không?
   B: Anh vẫn thế thôi, cảm ơn em. Còn em?
4. Mẹ ơi, con yêu mẹ!
5. Hằng ơi, dạo này em thế nào?

第二章

1. Tôi làm việc ở ngân hàng.
2. Tôi là Phó Chủ tịch công ty xây dựng.
3. Tôi là Peter. Tôi thích trà sữa trân châu.
4. Tôi là hướng dẫn viên du lịch.
5. Tôi là người Đài Loan, đang làm việc ở Hà Nội.

第三章

1. Xin hỏi gần đây có nhà vệ sinh không?
2. Tôi muốn ngồi tàu hỏa đi Hà Nội, xin hỏi ga tàu ở đâu?
3. Xin hỏi Đà Lạt có sòng bạc/casino không?
4. Công ty của anh ở đâu?
5. A: Tôi muốn đi Phú Quốc.
   B: Anh đi bằng gì?
   A: Tôi ngồi du thuyền.

第四章

1. Tám mươi sáu
2. Một nghìn bốn trăm năm mươi
3. Hai mươi triệu sáu trăm năm mươi hai nghìn chín trăm sáu mươi ba
4. Một nghìn không trăm ba mươi ba
5. Một tỷ bốn trăm hai mươi lăm triệu bảy trăm năm mươi nghìn một trăm mười
6. Nhà tôi có ba con chó.
7. Từ công ty tôi đến công ty anh ấy khoảng năm cây số.

第五章

1. A: Bây giờ là mấy giờ mấy phút?
   B: 3 giờ 15 phút chiều.
2. Tôi về nhà lúc tám giờ.
3. Anh ấy thường xuyên đi làm muộn 30 phút.
4. Mấy giờ em đi ngủ?
5. Khi nào bố em đi Nhật Bản?

第六章

1. A: Ngày tháng năm sinh của em là gì?
   B: Ngày 20 tháng 10 năm 1990. Còn chị?
   A: Ngày 5 tháng 2 năm 1988.
2. Ngày 6 tháng 3 năm sau tôi sẽ đi Việt Nam du lịch năm ngày.
3. Hôm nay là ngày bao nhiêu âm lịch?
4. Hôm nay là thứ Tư, ngày 6 tháng 4.

第七章

1. Xin hỏi, tỷ giá tiền Đài-Việt hôm nay là bao nhiêu?
2. Tôi muốn đổi mười nghìn tiền Đài.
3. Xin hỏi, ở gần đây có tiệm vàng không?
4. Tôi chỉ có hai tờ một trăm nghìn thôi.
5. Tôi muốn đổi tiền Đô sang tiền Việt.

第八章

1. Tôi vui quá!
2. Tôi hy vọng anh sẽ không cảm thấy hối hận.
3. Tôi cảm thấy rất cô đơn.
4. Em ghét anh!
5. Tối hôm nay anh sẽ cho em một bất ngờ!

第九章

1. Bạn là một người thật thú vị!
2. Anh xin lỗi! Xin hãy tha thứ cho anh.
3. Cố lên! Chúc bạn mọi việc thuận lợi!
4. Vợ của anh rất có khí chất!

第十章

1. Cho tôi một bát bún bò Huế, đừng cho mặn quá.
2. Cho tôi một cà phê đen đá.
3. A: Anh muốn ăn gì?
   B: Tôi muốn ăn bún thang và bánh cuốn.
4. Phở bò rất ngon, tôi muốn ăn hai bát.
5. Em ơi, cho chị mượn một đôi đũa.

第十一章

1. Xin hỏi cái này bao nhiêu tiền?
2. Tôi muốn mua năm gói kẹo dừa.
3. Có thể bán rẻ chút không?
4. Đây là cái gì?
5. Có thể thanh toán bằng thẻ không?

第十二章

1. Tôi muốn đi hát ka-ra-ô-kê.
2. Tôi muốn gội đầu và sấy tạo kiểu.
3. Vẽ móng tay bao nhiêu tiền?
4. Anh ấy hát rất hay.
5. Hôm nay tôi mời.

第十三章

1. Xin cho tôi mượn máy sấy tóc.
2. Xin hãy giúp tôi đổi phòng khác, phòng này bị dột nước.
3. Làm ơn cho tôi một tấm bản đồ thành phố.
4. Tôi muốn trả phòng/check-out.
5. Dùng bữa sáng ở đâu?

第十四章

1. Anh muốn hẹn em đi xem phim.
2. Em có người yêu chưa?
3. Ngày nào anh cũng đều rất nhớ em!
4. Xin em nghe anh giải thích.
5. Anh muốn ngày nào cũng được ở bên em.

第十五章

1. Tôi có hẹn với khách hàng vào 3 giờ chiều nay.
2. Chị có thể giúp tôi phô-tô tệp tài liệu này không?
3. Mời anh ký tên và đóng dấu vào bản hợp đồng này ạ. Cảm ơn anh!
4. Tôi là nhân viên thực tập.

第十六章

1. Đầu tôi đau quá! Xin hỏi phải uống thuốc gì ạ?
2. Tôi bị giật đồ rồi. Xin hỏi đến đồn công an đi như nào ạ?
3. Anh nói nhanh quá, tôi nghe không hiểu. Xin hỏi anh có thể nói tiếng Trung không?
4. Tôi rất buồn nôn, cần nghỉ ngơi một chút.

MEMO

國家圖書館出版品預行編目資料

生活・旅遊・經商越南語，套句型公式一本搞定！ /
阮秋姮、厲家揚合著
-- 初版 -- 臺北市：瑞蘭國際, 2024.01
208面；17×23公分 --（繽紛外語系列；129）
ISBN：978-626-7274-86-6（平裝）
1. CST：越南語 2. CST：讀本

803.79   113000002

繽紛外語系列 129

生活・旅遊・經商越南語，套句型公式一本搞定！

作者｜阮秋姮、厲家揚
責任編輯｜潘治婷、王愿琦
校對｜阮秋姮、厲家揚、潘治婷、王愿琦

越南語錄音｜阮秋姮、韋清茶、吳得孟
錄音室｜采漾錄音製作有限公司
封面設計｜劉麗雪
版型設計｜劉麗雪、陳如琪
內文排版｜陳如琪
美術插畫｜Syuan Ho

瑞蘭國際出版

董事長｜張暖彗 ・ 社長兼總編輯｜王愿琦
編輯部
副總編輯｜葉仲芸 ・ 主編｜潘治婷
設計部主任｜陳如琪
業務部
經理｜楊米琪 ・ 主任｜林湲洵 ・ 組長｜張毓庭

出版社｜瑞蘭國際有限公司 ・ 地址｜台北市大安區安和路一段 104 號 7 樓之 1
電話｜(02)2700-4625 ・ 傳真｜(02)2700-4622 ・ 訂購專線｜(02)2700-4625
劃撥帳號｜19914152 瑞蘭國際有限公司
瑞蘭國際網路書城｜www.genki-japan.com.tw

法律顧問｜海灣國際法律事務所　呂錦峯律師
總經銷｜聯合發行股份有限公司 ・ 電話｜(02)2917-8022、2917-8042
傳真｜(02)2915-6275、2915-7212 ・ 印刷｜科億印刷股份有限公司
出版日期｜2024 年 01 月初版 1 刷 ・ 定價｜420 元 ・ ISBN｜978-626-7274-86-6

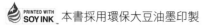

瑞蘭國際